மீட்கப்படவேண்டிய தேவசேனாக்கள்

சிவபாலன் இளங்கோவன்

உயிர்மை பதிப்பகம்

விலை ரூ.140

உயிர்மை பதிப்பக வெளியீடு: 629

மீட்கப்படவேண்டிய தேவசேனாக்கள் ✔ சிறுகதைகள் ✔ ஆசிரியர்: சிவபாலன் இளங்கோவன் ✔ © சிவபாலன் இளங்கோவன் ✔ முதல் பதிப்பு: டிசம்பர் 2017 ✔ வெளியீடு: உயிர்மை பதிப்பகம், 11/29 சுப்பிரமணியம் தெரு, அபிராமபுரம், சென்னை –600 018 தொலைபேசி: 91–44–24993448, மின்னஞ்சல்: uyirmmai@gmail.com, இணையதளம்: www.uyirmmai.com ✔ முனஅட்டை ஓவியம்: டிராட்ஸ்கி மருது ✔ அச்சாக்கம்: மணி ஆஃப்செட், சென்னை 600 079

Meetkapadavendiya devasenakkal ✔ Short Stories ✔ Author: Sivabalan Elangovan ✔ © Sivabalan Elangovan ✔ Language: Tamil ✔ First Edition: Dec. 2017 ✔ Demy 1x8 ✔ Paper: 18.6 kg maplitho ✔ Pages: 136 ✔ Published by Uyirmmai Pathippagam, 11/29 Subramaniam Street, Abiramapuram, Chennai - 600 018, India. Phone: 91-44-24993448, e-mail: uyirmmai@gmail.com, Website: www.uyirmmai.com ✔ Front Cover Painting: Trotsky Marudu ✔ Printed at Mani Offset, Chennai 600079 ✔ Price: Rs. 140

ISBN : 978-93-87636-19-4

சிவபாலன் இளங்கோவன்

சிவபாலன் இளங்கோவன் திருச்சி மாவட்டம் அருகே வலையப்பட்டி என்ற கிராமத்தில் 1981 ஆம் ஆண்டு பிறந்தவர். தனது MBBS படிப்பை திருச்சி அரசு மருத்துவக்கல்லூரியிலும், MD Psychiatry முதுநிலை மருத்துவப் படிப்பை ஸ்டான்லி அரசு மருத்துவக்கல்லூரியிலும் பயின்றவர்.

தற்போது சென்னையில் உள்ள எஸ்.ஆர்.எம் மருத்துவக்கல்லூரி மருத்துவமனையில் மனநலத்துறையில் இணை பேராசிரியராக பணிபுரிந்து வருகிறார்.

இவரது சிறுகதைகள் ஆனந்த விகடன், குங்குமம் போன்ற வெகுசன பத்திரிக்கைகளிலும் உயிர்மை, அந்திமழை, காலச்சுவடு போன்ற இலக்கிய பத்திரிக்கைகளிலும் வெளி வந்திருக்கின்றன.

மனம் குறித்தும், அதன் புரிதல் குறித்தும் உரையாடல்களை காட்சி ஊடகங்களிலும், பத்திரிக்கைகளிலும் தொடர்ச்சியாக பகிர்ந்து வருகிறார்.

இவர் தனது மனைவி டாக்டர்.சரிதா, மகன் சித்தார்த், மகள் ராதிகா ஆகியோருடன் சென்னையில் வசித்து வருகிறார்.

இருளில் ஒளிக்கீற்றுகள்!

சிவபாலனின் சிறுகதைகள் அடங்கிய இந்த *மீட்கப்பட வேண்டிய தேவசேனாக்கள்* தொகுப்பு வழக்கத்திலிருந்து முற்றிலும் மாறுபட்ட ஓர் உலகை அறிமுகம் செய்விக்கிறது. நாம் எல்லோருமே மனநோயாளி கள்தான். பாதிப்பின் அளவில்தான் வேறுபாடு இருக்கலாம் என்ற எண்ணம் அவ்வப்போது எனக்கு எழுவதுண்டு. அது சரிதான் என இத்தொகுப்பு மெய்ப்பிக்கிறது. இத்தொகுப்பில் ஒன்றிரண்டு கதைகள் தவிர மீதிக்கதைகளில் மனநலப்பாதிப்பின் அளவு அதிகமான அளவில் இருக்கும் மனிதர்கள் வருகிறார்கள். அவர்களின் துயரமான உலகமும், இச்சமூகம் அவர்கள் மீது செலுத்தும் அதிகாரமும் நுட்பமான முறையில் சித்திரிக்கப்படுகின்றன.

இத்தொகுப்பில் உள்ளவற்றில் ஏற்கெனவே பத்திரிகைகளில் வெளியான இரு சிறுகதைகளை வாசித்திருக்கிறேன். அவற்றில் ஒன்று எங்களது *அந்திமழையில்* நாங்கள் பிரசுரித்த ‘அவன் அப்போது அங்கு இல்லை’ என்ற சிறுகதை. அக்கதை மனநலக்காப்பகத்தில் பணிஓய்வு பெறப்போகும் ஒரு பெண் ஊழியரின் இறுதிநாளைச் சொல்கிறது. அன்றைய தினத்தில் அவரது பொறுப்பில் இருக்கும் நோயாளி காணாமல் போகிறான். அதனால் ஏற்படும் பதட்டம். அதுவரை வராத அந்த நோயாளியின் உறவினர்கள் திடீரென வந்து அவனைக் காணாமல் அடித்துவிட்டதற்காக குற்றம் சாட்டி விட்டுப் போகிறார்கள். அவன் அன்று மாலையே கண்டுபிடிக்கப்பட்டு விடுகிறான். தன்னை உறவினர்கள் வந்து அழைத்துச் செல்வதற்காகக் காத்திருக்கிறான். ஆனால் ஒருபோதும் அவர்கள் வரப்போவதே இல்லை! அதே சமயம் பணிஓய்வு பெற்று வீட்டுக்குச் செல்லும் பெண்ணின் ஓய்வூதியப் பணத்தைப் பெற்றுச் செல்ல இரு மகள்கள் வீட்டில் காத்திருக்கிறார்கள். ஒருவிதத்தில் இந்த இருவரின் எதிர்காலங் களும் குழப்பமாகவே இருக்கின்றன. இக்கதை தன் மௌனங்கள் மூலமே பேசுகிறது. நல்ல சிறுகதையின் இயல்பு அதுதான்.

‘அடையாளம்’ என்கிற இன்னொரு கதை விகடனில் வெளியானது. தன்னை ஆணாக உணரும் பெண்ணைப் பற்றிய சிறுகதை. வீட்டை விட்டு வெளியேறி வாழ்வில் உயர்ந்து ஊருக்கு திரும்பும் ஒருநாளில் தந்தையை மருத்துவமனையில் ஐசியுவில் சந்திக்கிறான் பாரதி. தந்தை யின் கரங்களைத் தொடுவதன்மூலம் அவரது புரிதல் உணர்த்தப்பட்டு நிம்மதியுடன் வெளியேறுகிறான். தங்களை யாராவது புரிந்துகொள்ள மாட்டார்களா என்பதற்காக எல்லோரும் காத்திருக்கும் உலகில் பாரதி தன் தந்தையின் ஏற்பை உணரும் தருணம் இக்கதையின் உச்சம்.

“சங்கிலிகள் அகற்றப்படுவதில் எனக்கு உடன்பாடு இல்லை.

உடைக்கப்பட வேண்டும். வலிமையான கோடாரிபோன்ற இரும்பு ஆயுதத்தைக் கொண்டு உடைக்கப்பட வேண்டும். ஏனென்றால் உடை படப் போவது சங்கிலிகள் மட்டுமல்ல, அதிகாரம். எளிய மனிதர்கள் மீது காலம் காலமாக மதத்தின் பெயராலும், கடவுளின் பெயராலும் நிறுவப்பட்ட அதிகாரம் அது உடைபடுவதுதான் பொருத்தமாக இருக்கும்"— இது 'உடைக்கப்பட்ட சங்கிலிகள்' கதையில் பிரெஞ்சு மனநல மருத்துவரும் நவீன மனநல சிகிச்சையின் தந்தை என கருதப் படுபவருமான பிலிப் உரைக்கும் சொற்கள். மனநல சிகிச்சையில் மாறுதல்களும், புதிய அணுகுமுறைகளும் உருவாகிற பிரஞ்சு புரட்சி காலகட்டத்து உண்மைக் கதை. மனநோயாளிகள் சங்கிலிகளால் கட்டப்பட்டு அடைபட்டுக் கிடக்கிற ஒரு மனநலகாப்பகத்தில் அவர்களையும் மனிதர்களாக நடத்துவதற்கான முதல்படியாக அந்த சங்கிலிகள் அகற்றப்பட அனுமதி கிடைக்கிறது. அவற்றை ஆயுதம் கொண்டு உடைக்கிறார் பிலிப். ட்ரப்பினேசன் என்ற பெயரில் கத்தோலிக்க திருச்சபை மனநோயாளிகளின் கபாலத்தில் கொடூரமாக துளைபோட்டு சாத்தான்களை வெளியேற்றிக் கொண்டிருந்த காலத்தின் மீதாக விழும் சம்மட்டி அடி அது.

பிரெஞ்சு புரட்சிக்காலத்தில் இருந்து எவ்வளவோ ஆண்டுகள் நகர்ந்துவந்துவிட்டோம். ஆனாலும் மனநோயாளிகள் மீதான இருள் விலகவில்லை என்பதற்கு தாமரை என்கிற சிறுகதை சாட்சி. வயிற்றில் பொத்தல் விழுந்து மருத்துவர்கள் சிகிச்சை செய்ய வேண்டுமென்றே தாமதம் செய்வதால் இறந்துபோகிற மனநலக்காப்பகப் பெண். இந்த கதையில் வருகிற ஒளிக்கீற்று தாமரையை மருத்துவமனையில் சேர்ப்பதற்காக பணி முடிந்து வீட்டுக்குக் கிளம்பிப்போகும்போதும் மனசு கேட்காமலே பாதியிலேயே பஸ்ஸில் இருந்து இறங்கி காப்பகத் துக்கு வந்து சேர்கிற லட்சுமி.

இவை மனநோய் கொண்டவர்களின் மீதான கதைகள் மட்டுமல்ல. எல்லா கதைகளும் பொதுத்தளத்தில் மானுடம் என்கிற மாபெரும் தளத்தில் இயங்குகின்ற கதைகள் மட்டுமே. கண்கள் பனிக்க உங்களுக்கு ஒரு துயரமான உலகம் அறிமுகமாகிறது. அந்த இருள்வெளிக்குள் ஒளிப்புள்ளிகளையும் சிவபாலன் வைத்திருக்கிறார் என்பதே இக்கதைகளின் சிறப்பு.

சிறப்பாக தமிழ் எழுதக்கூடிய மருத்துவர்கள் மிகக்குறைவு. அதுவும் படைப்புமனோபாவமும் கொண்டவர்கள் அரிதிலும் அரிது. மனநல மருத்துவரான சிவபாலன் இந்த குறையைப் போக்குகிறார்.

அதுல் கவாண்டே என்கிற மருத்துவரின் ஆங்கில நூல்களைப் படிக்கும்போது மிகவும் பிரமிப்பாக இருக்கும். அவர் போல எழுதும் மருத்துவர்கள் தமிழிலும் இருந்தால் நன்றாக இருக்குமே என்று தோன்றுவதுண்டு. சிவபாலன் அக்குறையைப் போக்கக்கூடியவர் என்றே தோன்றுகிறது.

அசோகன் நாகமுத்து

27—12—2017
ஆசிரியர், அந்திமழை

என்னுரை

"வேட்டையின் நுட்பம் அதன் இலக்கில் இல்லை அதற்கான காத்திருத்தலில் தான் இருக்கிறது" என எஸ்.ராமகிருஷ்ணன் அவர்கள் சொன்னதாய் படித்திருக்கிறேன். சிறுகதை எழுதுவதாய் முடிவு செய்தபோது ஒரு மனநல மருத்துவனாய் எனக்கு முன்னால் ஏராளமான கதைகள் கொட்டிகிடந்தன. அத்தனையும் ரத்தமும் சதையும் நிரம்பிய உணர்வுபூர்வமான கதைகள். ஆனால் நான் காத்திருந்தேன். பேருந்தின் சன்னலோர இருக்கையில் பயணிக்கும் பயணி தனக்கு முன்னே வரிசையாக நகரும் காட்சி பிம்பங்களை பார்ப்பது போல நான் அத்தனை கதைகளையும் சலனங்கள் ஏதுமற்று கடந்து வந்தேன்.

தினம், தினம் ஏதோ ஒரு தந்தையிடமோ, தாயிடமோ, மகனிடமோ, சகோதரனிடமோ அல்லது சகோதரியிடமோ அவர்களின் வாழ்நாளின் மிக கடினமான செய்தியை சொல்ல வேண்டிய நிர்ப்பந்தத்தை எனது பணி எனக்கு வழங்கி வந்தது. அது ஒன்றும் அவ்வளவு சாதாரணமான விஷயம் அல்ல. "உங்கள் மகனுக்கு மனநோய் இருக்கிறது" என்ற வார்த்தைகள் அந்த தந்தை தன் மகன் சார்ந்து கொண்டிருக்கும் கனவுகள் அத்தனையும் தகர்க்கக்கூடிய வல்லமை பெற்றது. "உங்கள் கணவனுக்கு மனநோய் இருக்கிறது" என்ற வார்த்தைகள் ஒரு இளம் பெண்ணில் வாழ்க்கையில் எந்த விதமான நெருக்கடிகளை ஏற்படுத்தும் என்பதை நான் நன்கு அறிவேன். ஆனால் நான் அதை சொல்லும் கட்டாயத்தில் தான் எப்போதும் இருக்கிறேன். மனிதர்களின் உணர்வுகளை மிக நெருக்கமாக இருந்து பார்க்கும் நாற்காலிகளில் நான் தவிர்க்க இயலாமல் எந்த நேரமும் அமர்ந்திருக்கிறேன். அந்த மனச்சுமை கற்பனை செய்து பார்க்க முடியாதது. அதனால் நான் எனக்கு முன் நிகழும் கதைகளை எப்போதும் எழுதுவதில்லை என முடிவு செய்தேன். ஏனென்றால் நான் அந்த கதைகளை மறக்கவே நினைக்கிறேன்; அதனை மீட்டுருவாக்கம் செய்து பார்க்கும் மனவலிமை நிச்சயம் என்னிடம் இல்லை. மேலும் அப்படி எழுதுவது சிறுகதையின் வடிவத்தை தாண்டி எனது தனிப்பட்ட அனுபவங்களின் தொகுப்பாக மாறிவிடக்கூடிய அபாயமும் அதில் இருந்தது.

ஆனால், நான் கேள்விப்படும் சில சம்பவங்கள், அதனை சார்ந்து எனக்குள் விரியும் கற்பனைகளின் அனுபவங்கள் என்னை உணர்வு ரீதியாக பாதிக்கும் போது சிறுகதைக்கான களம் இயல்பாகவே ஒரு பலூனில் நிறையும் காற்று போல என்னுள் கொஞ்சம் கொஞ்சமாய் நிறைந்துவிடுகிறது. அப்படிப்பட்ட சம்பவங்களின் மையப்புள்ளிகளை இணைத்தே நான் சிறுகதைகளாக இந்த தொகுப்பில் கொண்டு வந்திருக்கிறேன். சில உண்மை சம்பவங்களும் அதன் மையத்தில் இருந்து விரிவுபடுத்தப்பட்ட புனைவுகளுமே இங்குள்ள அத்தனை கதைகள். இவை எதுவுமே நான் நேரடி சாட்சியமாய் இருந்து பார்த்த யாருடைய வாழ்க்கையுமே இல்லை என்ற போதிலும் கூட, ஒவ்வொரு கதை முடிக்கும் போதும் அது சார்ந்த ஒரு பதட்டம் என் மனம் முழுவதும் சில நாட்கள் தங்கியிருந்தன. ஏனென்றால் இந்த கதைகள் புனைவாக இருந்தாலும் இந்த கதைகளில் வரும் மனிதர்களும் அவர்களின் வாழ்க்கையும், இந்த சமூகத்தில் அவர்கள் சந்திக்கும் புறக்கணிப்பும் எதிர்கொள்ளும் சிக்கல்களும், இருத்தல் சார்ந்த தவிப்பும் அத்தனை உண்மை. நம் அன்றாட வாழ்க்கையில் எதிர்கொள்ளும் ஏதேனும் ஒரு மனிதர் இவை அத்தனையையும் ஒரு நோயின் பால் தினம் தினம் எதிர்கொள்கிறார். நாம் அப்போதைய கரிசனத்தோடு அல்லது ஒரு நிம்மதியோடு அந்த மனிதர்களை கடந்து விடுகிறோம். அந்த எளிய மனிதர்களின் வாழ்க்கை தான் இந்த கதைகளின் ஆதாரம்.

ஒரு மனநோயை மையப்படுத்திய கதைகள் தமிழ் இலக்கிய சூழலில் ஒன்றும் புதிதல்ல. மனநோயை நேரடியாகவோ அல்லது மறைமுகவாகவோ தாங்கி நிற்கும் பாத்திரங்கள் தமிழ் சிறுகதை உலகில் ஏராளமாக உள்ளன. ஆனால் அந்த பாத்திரங்களை, மனநோயின் மீதான அந்த சுவாரசியத்திற்காகவும், பிம்ப கவர்ச்சிக்காகவுமே பெரும்பாலான சிறுகதைகள் அரவணைத்து வந்திருக்கின்றன. நோயை தாண்டிய அவர்களின் வாழ்க்கையை, அவர்களை ஏற்றுக்கொள்வதில் சமூகத்திற்கு இருக்கும் தயக்கத்தை வெகு சொற்பமான சிறுகதைகளே பேசியிருக்கின்றன. அந்த வகையில், எனது இந்த சிறுகதை தொகுப்பிற்கான நியாயத்தை எனக்கு நானே கற்பித்து கொள்கிறேன்.

மனநோயை பற்றிய எந்த ஒரு பரிமாணத்தையும் நான் இங்கு பேசவில்லை. சொல்லப்போனால் நான் மருத்துவன் என்பது கூட எந்த வகையிலும் இந்த கதைகளில் வெளிப்பட்டு விடக்கூடாது என்பதில் மிக கவனமாய் இருந்தேன். ஒரு பார்வையாளனாய் நான் இங்கு சொல்லியிருப்பது எல்லாம் ஒரு நோயின் பொருட்டு அதை தாங்கி நிற்கும் அந்த மனிதனும், அவனை சார்ந்த அவன் குடும்பமும் இந்த சமூகத்தால் நிராகரிக்கப்படுவதையும், சில நேரங்களில் வாரி அணைக்கப்படுவதையும் வேறு, வேறு மனிதர்களின் வாயிலாக சொல்லியிருக்கிறேன்.

ஒரு கதைசொல்லியாக நான், அதில் எந்த அளவில் தேர்ச்சி பெற்றிருக்கிறேன் என தெரியவில்லை. ஆனால் இந்த கதைகள் எனது இரவுகளை தூக்கமற்றதாய் மாற்றின; சில நேரங்களில் சொல்ல முடியாத குற்றவுணர்ச்சிகள் எனது மனது முழுவதும் நிரம்பியிருந்தன. ஒரு கதை சொல்லியாகவும், ஒரு எழுத்தாளனாகவும் நான் என்னை மேம்படுத்திக் கொள்வதற்கான தருணங்களும், வாய்ப்புகளும் எதிர் வரும் காலத்தில் எனக்கு எப்போதும் கிடைக்கும்; அப்போது மிகச்சிறந்த சிறுகதைகள் கூட என்னால் எழுத முடியலாம். ஆனால் அப்படி ஒரு வேளை மிகச்சிறந்த சிறுகதைகளை நான் எதிர்காலத்தில் படைத்தாலும் இந்த தொகுப்பில் உள்ள கதைகளும், அதன் மனிதர்களுமே எனது மனதுக்கு நெருக்கமானவர்களாக இருப்பார்கள். முதல் கதை தொகுப்பு என்பதையும் தாண்டி தனிப்பட்ட முறையில் அதற்கு என்னிடம் சில காரணங்களும் இருக்கின்றன.

எனது மனைவி சரிதா துருவாசன் அவர்கள், ஒரு மனநல மருத்துவராக அவர் சொன்ன சில சம்பவங்களுமே கூட இதில் சிறுகதைகளாய் நீட்சி அடைந்திருக்கின்றன. ஒரு தோழியாகவும், காதலியாகவும் , மனைவியாகவும் மட்டுமல்லாமல் எனது சக மனநல மருத்துவராகவும் கூட அவரது பங்களிப்பு இந்த சிறுகதை தொகுப்பு முழுவதும் நிறைந்திருக்கின்றன. எனது கல்லூரி காலத்தில், ஒரு அந்தி மாலையில் நான் எழுதிய சில அமெச்சூர் கவிதைகளை ம ஒரு ஓரப்புன்னகையுடன் மடித்து, ரகசியமாக அவரது புத்தகத்தில் அன்று மறைத்து வைக்காமல் போயிருந்தால், நான் அதன் பிறகு எதுவும் எழுதியே இருக்க மாட்டேன். இன்று வரையில் அத்தனை இளமையாக இருக்கும் எங்கள் காதல் கூட என் எழுத்திற்கு முக்கியமான காரணமாக இருக்கலாம்.

அன்புமதி அக்கா, எப்போதும் எனது எழுத்தின் முதல் வாசகர். எனது கதையின் மீதான விமர்சனத்தை எப்படி என்னால் சொல்ல முடியாதோ அதே போல அவராலும் சொல்ல முடியாது. ஏனென்றால் இவை அத்தனை கதைகளின் மீதும் எனக்கிருக்கும் நெருக்கமும், உரிமையும், பிணைப்பும் அவருக்கும் இருக்கிறது. இந்த புத்தகத்தின் மீதான விமர்சனங்களின் மீது எனக்கிருக்கும் பதட்டத்தை விட அவருக்கு தான் அதிகமாய் இருக்கிறது. ஏனென்றால் இந்த புத்தகத்தையே அவருடைய புத்தகமாய் பாவிக்கும் அளவுக்கு என் மீது தீராத அன்புடையவர்.

குணசேகரன் மாமா, எப்போதும் நான் வியந்து பார்க்கும் ஆளுமை. தான் கொண்ட சித்தாந்தங்களையும், சக மனிதர்களின் மீதான கரிசனத்தையும், எளிய மனிதர்களின் மீதான நம்பிக்கையும் எந்த நெருக்கடியான காலகட்டத்திலும் விட்டு கொடுக்காதவர். ஏதேனும் சில காரணக்களுக்காக சிறு தாழ்வுணர்ச்சி நான் கொண்டாலும் அதை தாங்கிகொள்ள இயலாதவர். என் மீதும், என் எழுத்தின்

மீதும் தீராத நம்பிக்கையை எப்போதும் கொண்டிருந்தவர். இந்த புத்தகம் முழு வடிவம் பெற்றதற்கு குணசேகரன் மட்டுமே காரணம்.

மனநலத்துறையை மேற்படிப்பிற்காக ஏதோ ஒரு ஆர்வத்தில் தேர்வு செய்து ஸ்டான்லி மருத்துவக் கல்லூரியில் நான் திசை தெரியாமல் தவித்த போது, புத்தகத்தை தாண்டிய மனதின் பரிமாணங்களை, சமூக, உளவியல் காரணிகளில் கற்று கொடுத்த எனது பேராசிரியர் திருநாவுக்கரசு எப்போதும் என் நன்றிக்குரியவர். ஒரு ஆசிரியராக, எனது துறை சார்ந்து மட்டுமல்லாமல் என் வாழ்க்கையிலும் சில புரிதல்களை ஏற்படுத்தியவர். அவரும், அவருடைய புத்தகங்களுமே மனநலத்துறையில் நான் கொண்ட புரிதல்களுக்கு முக்கியமான காரணங்கள்.

கவிஞர் மனுஷ்யபுத்திரனை பற்றி, அவரை நேரில் சந்திப்பதற்கு முன்பு நான் கொண்டு அபிப்ராயங்கள் முழுவதும் எத்தனை எதிர்மறையானவை என்பதை நான் அவருடன் முதன்முறை உரையாடும் போது தான் தெரிந்து கொண்டேன். தொலைகாட்சிகளின் விவாதங்களில் மிக மிக காத்திரமாக விவாதம் செய்யும் பிம்பத்திற்கு எதிரானவை அவரது உண்மையான பிம்பம். மனுஷ் அத்தனை உணர்வுபூர்வமானவர், சிறு அன்பை மட்டும் எடுத்து சென்றால் போதும் மனுஷிடம் எந்த காரியத்தை வேண்டுமானால் சாதித்துக் கொள்ளலாம். அன்பின் பொருட்டு மனுஷ் அத்தனை பலவீனமானவர். ஒரு சிறு மலரை தாங்கி நிற்கும் காம்பை போல மனுஷ் அத்தனை மென்மையானவர். மனுஷின் உலகம் எப்போதும் அன்பினால் நிறைந்திருக்கிறது. ஒரு பதிப்பாளராக ஏராளமான எழுத்து ஆளுமைகளை கடந்து வந்த போதும் என்னை போன்ற முதல் முறை எழுத்தாளர்களின் மீது அவர் எத்தனை அன்பை கொண்டிருக்கிறார் என்பதற்கு எனது புத்தகத்தை எந்த கேள்வியும் இல்லாமல் ஏற்றுக்கொண்டது தான் சாட்சி. மேலும் உயிர்மை பதிப்பக நண்பர்கள் குறிப்பாக அதன் நிர்வாக ஆசிரியர் செல்வி ராமச்சந்திரன், அச்சில் இருக்கும் போதே படித்து நம்பிக்கையை கொடுத்த சாஹான் என அனைவரும் என் அன்புக்குரியவர்கள்.

எழுத்தாளர் யுவகிருஷ்ணா, ஊடகவியலாளர் கவிதா முரளிதரன், முதல் கதையை ஆனந்த விகடனில் வெளிடுவதற்கு காரணமாக இருந்த அதிஷா, அட்டை வடிவமைப்பை அத்தனை ஆர்வத்துடன் செய்து கொடுத்த ட்ராட்ஸ்கி மருது அவர்கள் என இந்த தொகுப்பிற்கு பின்னால் ஏராளமானவர்களின் அன்பு இருக்கிறது.

எனது கதைகளின் மீது நம்பிக்கை கொண்டு அதனை பிரசுரம் செய்த ஆனந்த விகடன், குங்குமம், அந்திமழை, உயிர்மை, காலச்சுவடு என அத்தனை பத்திரிக்கைகளுக்கும் என் நன்றி.

என் மீது எப்போதும் நம்பிக்கையை கொண்ட எனது கல்லூரி கால நண்பர்கள் குறிப்பாக சக்திராஜன், சந்திரபோஸ் அம்பேத்கர், மேலும் என் பெரியார் திடல் சொந்தங்கள், எனது அப்பா துருவாசன்,

அம்மா விஜயா, அக்கா சங்கீதா, தங்கை மங்களம், ராஜலட்சுமி என அத்தனை பேருக்கும் இந்த தொகுப்பில் நிறைய பங்கிருக்கிறது.

ஒரு சினிமாவில் வரும் வசனம் போல, என்னை சுற்றி இருப்பவர்கள் எல்லாம் அத்தனை நல்லவர்களாகவும், என் மீது அத்தனை நம்பிக்கையும், அன்பும் கொண்டவர்களாகவும் இருப்பதே நான் கொண்ட பாக்கியம்.

ஒரு கிராமத்து பின்புலத்தில், தாயை இழந்த ஒரு சிறுவன் வாழ்க்கையின் ஒவ்வொரு கட்டத்திலும் தேங்கி நிற்கும் போது, அவனது கையை பிடித்து அத்தனை வாஞ்சையுடன் வாழ்க்கையின் அடுத்தடுத்த கட்டங்களுக்கு நகர்த்தி வந்த எனது வாழ்க்கையின் அன்பு நிறைந்த இந்த ஏராளமான மனிதர்களுக்கு நான் தருவதற்கு என்ன இருக்கிறது? எனது கண்ணீரால் அவர்களது கரங்களை முத்தமிடுவதை தவிர.

சிவபாலன் இளங்கோவன்
சென்னை
12/12/2017

அன்புமதி கலிப்பூங்குன்றன்
குணசேகரன்

உள்ளே

1. புலவர் — 17
2. அடையாளம் — 24
3. அப்போதும் அவன் அங்கு இல்லை — 37
4. ஆண்மை தவறேல் — 50
5. உடைக்கப்பட்ட சங்கிலிகள் — 56
6. நினைவுகள் — 80
7. தாமரை — 85
8. பிரிவின் துயரம் — 99
9. மீட்கப்படவேண்டிய தேவசேனாக்கள் — 124
10. நீலம் — 130

புலவர்

அவருக்கு என்று ஒரு பெயர் கிடையாது. ஒருவேளை இருந்திருக்கலாம், அது எனக்குத் தெரியாமல் இருந்திருக்கலாம். யாருக்குமே தெரியாமல் இருந்திருக்கலாம். இல்லை, அவருக்கே கூட தெரியாமல் இருந்திருக்கலாம்.

பெயர் ஒன்றும் இங்கே அவ்வளவு முக்கியம் கிடையாது. பெயர் எப்போதும் யாருடைய குணத்தையும் நிர்ணயிப்பது கிடையாது. பெயரும் சுயமும் நிறைய நேரங்களில் தனித்தனி படிமங்களாகவே இருக்கின்றன. பெயர் என்பது ஒரு பரிச்சயத்திற்காக மட்டுமே அழைக்கப்பட வேண்டும் என்றுகூட கட்டாயமில்லை. அந்த வகையில் அவர் எங்கள் ஊரில் புலவர் என்றுதான் பரிச்சயப்பட்டிருந்தார்.

நான் சிறு வயதாக இருக்கும் போதிலிருந்து எனக்கு அவரைத் தெரியும். கலைந்துபோன தலை முடியுடனும், சவரம் செய்யாத தாடியுடனும் துவைத்துக் குறைந்தபட்சம் ஒரு மாமாங்கம் இருக்கலாம் என்று சொல்லத்தக்க வெள்ளை வேட்டி வெள்ளை சட்டையுடனும் எப்போதும் அந்தக் குட்டி கிராமத்தின் புழுதி படிந்த தெருவெங்கும் திரிந்துகொண்டிருப்பார்.

எப்போதும் ஏதேனும் ஒரு பாடலைப் பாடிக்கொண்டிருப்பார். நன்றாகக் கவனித்துக் கேட்டால் அது ஒரு பாரதிதாசன் பாட்டாக இருக்கும். எந்தப் பிழையும் இல்லாமல் வார்த்தைகள் மாறாமல் ஏதோ அவருக்குத் தோன்றிய மெட்டில் நன்றாகப் பெருங் குரலெடுத்துப் பாடிக் கொண்டிருப்பார். பாரதிதாசனின் பாடலைப் பாடுவதற்கு அவருக்கு அவ்வளவு பிடிக்கும். நேரம் காலம் தெரியாமல் பாடிக்கொண்டிருப்பார். சில நாட்களில் இரவு முழுதும் கூட பாடிக்கொண்டிருப்பார். "ஏ புலவா, போறியா இல்ல கல்ல எடுத்து அடிக்கட்டுமா" என்று யாராவது திட்டினால் " கவிகள் இருவர் கவிதையில் கலக்கும்போது நடுவில் யாரடா நீ அற்ப மானிடா" என்று அதே சுதியில் உரக்க கத்துவார். பாரதிதாசனின் பாடலைப் பாடும்போது அவர் ஏதோ பரவச நிலையை அடைவது போலவே எனக்குத் தோன்றும். ஏனென்றால் அந்த நேரத்தில் அவர் யாருக்கும் பயப்பட மாட்டார். நிஜமாகவே யாராவது கல் எடுத்து அடித்தால் கூட அவரைப் பார்த்து இன்னும் சத்தமாக

“புதியதோர் உலகம் செய்வோம்—கெட்ட

போரிடும் உலகத்தை வேரோடு சாய்ப்போம்” என்பார்

எங்கள் ஊரில் எல்லா பிள்ளைகளும் பேச்சுப் போட்டி, கவிதைப் போட்டி என்று ஏதாவது வந்து விட்டால் முதலில் புலவரைத் தான் தேடி ஓடுவார்கள். தலைப்பை மட்டும் அவரிடம் சொல்லுவார்கள். அடுத்த வினாடியே புலவர் நன்றாக உரத்த குரலில் அதைப் பற்றிக் கிடுகிடுவெனப் பேசத் தொடங்கிவிடுவார். அவர் பேசப் பேச பிள்ளைகள் வேக வேகமாக எழுதிக்கொள்ள வேண்டும். எவ்வளவு கெஞ்சினாலும் திருப்பிச் சொல்ல மாட்டார். ஏதாவது பணம் கொடுத்தால் "பீடியா வாங்கிக் கொடு” என்பார். இளவட்டங் கள் அவர்களது காதலிகளுக்குக் கவிதை எழுதித் தரக் கேட்டால் மட்டும் ஒரு நோட்டுப் புத்தகம் வாங்கித் தரச் சொல்வார். அப்படி வாங்கிய நோட்டு புத்தகங்கள் முழுக்க இரவெல்லாம் உட்கார்ந்து ஏதாவது எழுதிக் கொண்டிருப்பார்.

ஊரில் எல்லாரும் ஏதோ ஒரு ஆக வேண்டிய வேலையைப் பொறுத்தே அவரிடம் பேசுவார்கள். ரைஸ் மில் போய் மாவரைக்க, ரேசன் கடையில் பொருள் வாங்க, வயல் காட்டில் போய் கணவனுக்கு சாப்பாடு கொடுக்க இன்னும் ஏதேதோ வேலைகள் அந்த ஊரில் அவருக்கு இருந்துகொண்டே இருக்கும். வேலை முடிந்ததும் சாப்பாடோ பீடியோ கொடுத்து அனுப்பி விடுவார்கள். பெரும்பாலும் விரட்டித்தான் விடுவார்கள்.

அந்த ஊரில் யாருக்கும் அவர்மீது எந்தவிதக் கரிசனமும் கிடையாது. குறைந்தபட்ச மரியாதை கூட கொடுக்க மாட்டார்கள். வாண்டுகள் கூட “ஏ புலவா, வாடா” என்றுதான் கூப்பிடுவார்கள், அதைப் பற்றி அவரும் பெரிதாக எடுத்க்து கொள்ள மாட்டார். இன்னும் சொல்லப் போனால் எதைப் பற்றியும் அவர் பெரிதாக எடுத்துக்கொள்ள மாட்டார். யார்மீதும் கோபம் கொள்ள மாட்டார். யாராவது அடித்தால்கூட அவர்களைப் பார்த்து ஒரு நீண்ட வசனம் சங்கத் தமிழில் பேசிக்கொண்டிருப்பார். அவர் பேச்சுக்குப் பயந்தே யாரும் அவரை அடிப்பதற்குத் தயங்குவார்கள். எதன்மீதும் அவருக்கு உணர்வு பூர்வமான எந்தவித பிணைப்பும் கிடையாது, பாரதிதாசனின் பாடலைத் தவிர.

புலவருக்கு என்று அந்த ஊரில் அவரது அம்மா மட்டுமே இருந்தார். ஒன்ணோ ரெண்டோ அண்ணன் அவர்களும் வெளி நாடு சென்று அங்கேயே செட்டில் ஆகி விட்டார்கள். அம்மாவும் முடியாதவர். புலவரின் நடவடிக்கையை எவ்வளவோ கண்டித்துப் பார்த்தும் அவரை மாற்ற முடியாததால் அந்தக் கவலையிலே நோய்வாய்ப்பட்டு நடக்க முடியாமல் படுத்த படுக்கையாய் அவ்வளவு பெரிய வீட்டில் தனியாளாய்ப் படுத்துக் கிடப்பார்.

இரவில் நான் படிக்கும் போதெல்லாம் எனக்குத் துணையாக அல்லது துணையாக இருப்பதாய் நினைத்துக்கொண்டோ என்

அருகில் உட்கார்ந்துகொண்டு ஒரு நோட்டில் வேக வேகமாக ஏதோ எழுதிக் கொண்டிருப்பார். நான் படித்து முடித்து உறங்கச் சென்ற பின்பும் கூட எழுதிக்கொண்டேயிருப்பார் எதுவரை எழுதுவார் என்று தெரியாது. ஒரு வேளை அந்த நோட்டு தீரும் வரை எழுதலாம் அல்லது உறக்கம் வரும் வரை. அவருக்கு உறக்கம் வருமா என்பது சந்தேகம்தான். உறங்காத மனிதர்களில் அவரும் ஒருவர்.தூக்கத்தின் சுமையையோ, அது தரும் வலியையோ அல்லது அதற்கான காத்திருப் பையோ எதிர்கொள்ள அவருக்குப் பயமாகக் கூட இருந்திருக்கலாம். மறுநாள் நான் படிக்கத் தொடங்கும் போது ஒரு புதிய நோட்டுடன் வந்து எழுதத் தொடங்குவார். அவர் எழுதியதை நான் படித்ததில்லை. ஆனால் படிக்க வேண்டும் என்ற ஆர்வம் மட்டும் சில நேரங்களில் எட்டிப் பார்ப்பதுண்டு. ஆனால் என்னால் அதைப் படிக்க முடியுமா அல்லது படித்ததைப் புரிந்து கொள்ள முடியுமா என்ற சந்தேகத்தில் நான் அதை எப்போதும் தொடுவதில்லை. ஏனென்றால் அதை அவர் படிப்பதற்காக எழுதவில்லை என்பது எனக்கு நிச்சயமாகத் தெரியும். பார்ப்பவர்கள் அதை எழுத்து என்று கண்டிப்பாகச் சொல்ல மாட்டார்கள், ஏதோ கிறுக்கியிருக்கான் என்றுதான் சொல்வார்கள். என்னைப் பொறுத்தவரை அந்த எழுத்தின் வழியாக, அந்த கிறுக்கலின் வழியாக அவர் யாரிடமோ தினமும் மிக அன்னியோன்மாக உறவாடிக் கொண்டிருக்கிறார் என்றுதான் நினைப்பேன். அதையும் மீறி ஒரு நாள் நானே கேட்டு விட்டேன்: "தினமும் ஒவ்வொரு நோட்டில் புதுசு புதுசா எழுதிட்டே இருக்கீங்களே, அப்படி என்னதான் புலவரே எழுதுறீங்க?"

"மிச்சமிருக்கும் காதலை இறக்கி வைத்துக் கொண்டிருக்கிறேன். ஆனால் எவ்வளவுதான் எழுதினாலும் நாளுக்கு நாள் இந்த சுமைகளின் பாரம் அதிகமாகிக் கொண்டே போகிறது. என்றாவது ஒரு நாள் அத்தனை சுமைகளையும் களைந்து காற்றைப் போல கனமற்று இந்த ஊரின் தெருக்களில் அலைந்து கொண்டிருப்பேன்" என்றார் எழுதுவதை நிறுத்தாமல்.

"காதலா? நீங்கள் காதலிச்சி இருக்கீங்களா" என்றேன் ஒருவித படபடப்போடு

"ஒரு கவிஞனைப் பார்த்துக் கேட்கக் கூடாத கேள்வி" என்றார் வேக வேகமாக எழுதிக்கொண்டே.

"யார் அது? எனக்கு மட்டும் சொல்லுங்களேன்" என்றேன்.

"உங்க சின்ன அம்மாச்சி சரோஜா இல்ல, அதுதான்."

எனக்கு ஆச்சரியம் தாளவில்லை. இவர் சொல்வது உண்மையா? சரோஜா பாட்டி கல்யாணம் முடிந்து பெங்களூரு பக்கத்தில் எங்கேயோ இருக்கிறாள். என்னை விட வயது அதிகமுள்ள ஒரு பையன் வேறு இருக்கிறான். இத்தனை காலம் ஒருவரால் காதலிக்க முடியுமா என்று யோசித்தவாறு அவர் சொல்வதைக் கேட்டுக் கொண்டிருந்தேன்.

மீட்கப்படவேண்டிய தேவசேனாக்கள் ✤ 19

"நான் படிக்கிற காலத்தில் அது ஓடைக்குத் தண்ணி பிடிக்க வரும். நான் தினமும் ஒரு சாமந்திப் பூ தருவேன். நேராக அல்ல மறைமுகமாக. குறிப்பாக, அது நான்தான் கொடுத்தேன் என்பதை உணரும்படி தினமும் கொடுப்பேன்."

"அது என்ன குறிப்பாக?" என்றேன் ஆவலாக.

"அதெல்லாம் உனக்குப் புரியாது. நீ சின்னப் பய. உங்க பாட்டி அந்தப் பூவ தலைல வச்சிக்கிட்டு தண்ணிக் குடம் தூக்கிக்கிட்டுப் போற அழகு இருக்கே, என் பாரதிதாசனால் கூட வடிக்க முடியாத கவிதை அது" என்றார்.

"அப்புறம் என்னாச்சு?"

"உங்க பெரிய மாமா, சின்ன தாத்தா இருக்காய்ங்களே, கொலை காரப் பசங்க, ஒரு நாள் விஷயம் தெரிஞ்சி கை, கால எல்லாம் உடைச்சி ஓடைக்குப் பக்கத்தில இருக்கிற புதர்ல தூக்கிப் போட்டுடா னுங்க. என்ன நடந்துச்சினே தெரியாது. எத்தனை நாள் அங்க கெடந்தேன்னும் தெரியாது. கண் முழிச்சிப் பார்க்கறப்போ உடம் பெல்லாம் ஒரே ரத்தம். கை கால அசைக்கவே முடியல. சதையெல்லாம் ஏதேதோ எறும்பு கடிச்சி தின்னுட்டு இருக்கு. ஒரு வழியா வீடு போய் சேர்ந்தேன். ஊரே கூடி வீட்டு முன்னாடி நின்னுட்டு இருந்துச்சு, எல்லாரும் 'என்னாச்சு என்னாச்சு'னு கேட்டாங்க. நான் பதிலே சொல்லல. காத்தோ கருப்போ அடிச்சிருக்கும்னு சொல்லிட்டு எல்லாரும் கலைந்து போய்ட்டாங்க.

நான் வீட்டுக்குள்ள போய் படுத்துட்டேன். நாலு நாள் வெளியவே வரல. யார்கிட்டயும் பேசவும் இல்ல. ஐந்தாம் நாள் வெளியே வந்தேன். ஊரே ஏதோ திருவிழா மாதிரி இருந்தது. யாருக்கோ கல்யாணம்னு சொன்னாங்க. பள்ளிக்கூடத்தில பந்தி போடறதா சொன்னாங்க. போய் நல்லா சாப்ட்டேன். திரும்பி வரும்போதுதான் கல்யாணப் பொண்ண பார்த்தேன். அது வேற யாரும் இல்ல, உங்க சரோஜா பாட்டிதான். யாருகிட்டேயும் பேசாம விடு விடுனு வீட்டுக்குள்ள வந்து கதவ பூட்டிகிட்டேன்" என்றார்.

நான் அவரையே வெறித்துப் பார்த்துக் கொண்டிருந்தேன்,அவர் இன்னும் வேகமாக எந்த உணர்ச்சிகளுமற்று அந்த நோட்டில் எழுதிக்கொண்டிருந்தார்.

"அதுதான் இத்தனை வருசம் ஆச்சே, இன்னும் என்ன அந்த நோட்டில் எழுதிட்டே இருக்கீங்க? அத வச்சு என்ன செய்வீங்க" என்றேன் விரக்தியாக.

"உனக்குத் தெரியாது. இந்த இரவும் அதன்மீது படர்ந்திருக்கும் காலமும் இந்த சொற்களை அவளிடம் சேர்க்கும். நாங்கள் காலத்திற்கு அப்பாற்பட்டவர்கள். இந்த சொற்களின் வழியாக நாங்கள் வாழ்ந்து கொண்டிருக்கிறோம். எங்கள் காதல் வாழ்ந்து கொண்டிருக்கிறது" என்று ஆகாயத்தைப் பார்த்தார்

நானும் ஆகாயத்தைப் பார்த்தேன். அது நட்சத்திரங்கள் ஏதுமற்று வெறுமையாய், இன்னும் கருத்துப் போய் மழை வருவது போல் இருந்தது.

அன்று இரவு முழுவதும் நான் உறங்கவில்லை. ஏதோ ஒரு பாரமும், சொல்ல முடியாத துயரமும் சுருள் சுருளாக எனக்கு முன் விரிந்துகொண்டேயிருந்தது. காலங்களைக் கடந்து நாம் ஓடிக் கொண்டேயிருக்கிறோம். நமது அன்பும் காதலும் ப்ரியமும் நம்முடனே வந்து கொண்டிருக்கிறதா இல்லை, அந்தந்த கால கட்டத்தில் நாம் அத்தனையும் இறக்கி வைத்து விட்டு ஓடிக் கொண்டிருக்கிறோமா என்று ஏதேதோ யோசித்தவாறே உறங்கிப் போனேன்.

அடுத்த சில மாதங்களில் நான் மருத்துவக் கல்லூரியில் இடம் கிடைத்துப் படிக்கச் சென்றுவிட்டேன். அந்த ஊருக்கும் எனக்குமான தொடர்பு மெல்ல மெல்ல விலகத் தொடங்கியது. எப்போதாவது விடுமுறைக்கு வரும்போது புலவர் தேடி வந்து பார்ப்பார். அப்போது தண்ணியடிக்கத் தொடங்கியிருந்தார். என்னிடம் உரிமையுடன் பணம் கேட்டு வாங்கிக்கொள்வார். சாராயம் குடித்துவிட்டு இரவு முழுக்க ஊரில் எல்லோரையும் பற்றி திட்டிக்கொண்டிருப்பார். நான் திரும்பக் கல்லூரிக்குக் கிளம்புவதற்காகப் பேருந்து ஏறும் வரை என் கூடவே இருப்பார். “சிவா நீ படித்து முடித்து இந்த ஊரில் ஒரு பயலுக்குக் கூட வைத்தியம் பார்க்காதே. எல்லாம் திருட்டுப் பசங்க” என்று திட்டிக் கொண்டேயிருப்பார். அந்த ஊர் மக்களின்மீது சொல்ல முடியாத ஒரு வன்மத்துடன் இருந்தார். அது நாளுக்கு நாள் அதிகமாகிக்கொண்டே செல்வதாக அப்பா சொன்னார்.

அதற்கு பிறகு படிப்பின் நிமித்தமாக நான் அவ்வளவாக ஊருக்கு வருவதில்லை. அப்பாதான் எப்போதாவது கல்லூரியில் வந்து பார்ப்பார். வரும்போதெல்லாம் புலவரைப் பற்றி விசாரிப்பேன், “அந்தப் பய இப்போதெல்லாம் ஊர்ல இருக்கிறதே இல்ல. பத்து நாள் இருக்கான், ஒரு மாசம் காணாமப் போயிடறான். எங்க போறான்னே தெரிவதில்லை. ஆனா வந்தா அதே போல தான் தனியாவே பேசிக்கிட்டு சுத்திக்கிட்டு இருப்பதாக” சொல்வார்.

நான் ஒருவழியாக மருத்துவப் படிப்பை முடித்து மேல் படிப்பிற்கான நுழைவுத் தேர்வுக்காகத் தயார் செய்து கொண்டிருந்தேன், அப்பாவும் “ரொம்ப நாளாச்சு ஊருக்கு வந்துட்டு வாடானு” அடிக்கடி கூப்டுட்டே இருந்ததனால ஒரு நாள் ஊருக்குச் சென்றேன். மருத்துவராகி விட்டு முதல் முறையாக ஊர் செல்வதால் கொஞ்சம் வரவேற்பாகவே இருந்தது. ஆனால் புலவரை மட்டும் காணவில்லை. இரண்டு நாள் அங்கிருந்தேன். கடைசி வரை புலவர் வரவே இல்லை. ஊருக்குக் கிளம்பும்போது அப்பாவிடம் கேட்டேன். அப்பா இந்தக் கேள்வியை இரண்டு நாளாய் என்னிடம் எதிர்பாத்திருப்பார் போல. கொஞ்சம் கவலை தோய்ந்த குரலில் சொல்லத் தொடங்கினார்: “ஒரு நாலைந்து மாசத்திற்கு முன்னாடி எளவு சொல்றதுக்காக

திருச்சிக்கு அனுப்பி விட்டாங்க இந்த ஊர்க்காரப் பசங்க. போனவன் போனவன் தான், ஒரு வாரம் ஆச்சு ஆள் திரும்பி வரவே இல்லை. அவன் அம்மா மட்டும்தான் தனியா வீட்டில் இருந்திருக்கு. என்னா ஆச்சுனு தெரில, அப்படியே செத்துப் போயிருக்கு. செத்து ரெண்டு நாளைக்கு அப்புறம்தான் தெரிய வந்திருக்கு. ஏதோ கெட்ட வாடை வந்துதான் உள்ள போய் பார்த்திருக்காங்க. அது செத்துக் கிடந்திருக்கு. அன்னைக்கே அடக்கம் பண்ணிட்டாங்க. அதற்குப் பிறகு ஒரு வாரம் கழிச்சிதான் இவன் வந்திருக்கான். உடம்பெல்லாம் ஒரே காயத்தோட வந்தான். ஊரே இவன புடிச்சி திட்டுச்சு. என்ன நினைச்சானு தெரில, வீட்டு உள்ள போய் கதவ சாத்திக்கிட்டான். யார் கூப்ட்டும் வெளியவே வரல. நாலு நாள் உள்ளயே இருந்துக்கிட்டு ராத்திரியும் பகலுமா ஏதேதோ பேசிட்டே இருந்தான். ஆனா அழுத மாதிரி தெரியல. ஐந்தாம் நாள் காலைல வீடே அமைதியா இருந்தது. போய் பார்த்தப்போ இவன காணோம். எங்க போனானு தெரியல. அன்னைக்குப் போனவன்தான் இன்னும் திரும்பி வரல."

எனக்கு என்ன சொல்வதென்றே தெரியவில்லை. கொஞ்ச நேரம் அப்பாவையே பார்த்துட்டு இருந்தேன். அப்பா "சரி சரி, கிளம்பு. பஸ் வந்துரும். எங்க போய்றப் போறான், சுத்தி சுத்தி இங்க தான் வரணும். கொஞ்ச நாள் கழிச்சி யார்கிட்டயாவது அடி வாங்கிட்டு வந்து நிற்பான்" என்றார். அப்பா அதை எனக்காகத் தான் சொல்கிறார் என்று தெரியும். சரியென்று கிளம்பத் தொடங்கினேன்.

அதற்குப் பிறகு மேற்படிப்பு, காதல் திருமணம், குழந்தைகள், வேலை என்று நான் எதிர்பார்க்காத வேகத்தில் காலம் கிடுகிடுவென ஓடிவிட்டது.

ஒரு நாள் மாலையில் நான் மருத்துவமனையில் இருக்கும்போது அப்பாவிடம் இருந்து போன். "தம்பி,நம்ம சரோஜா பாட்டி இறந்துட்டாங்கடா. ஊருக்கு வர்றியா" என்றார்.கொஞ்சம் நேரம் எந்தப் பதிலும் சொல்லாமல் அந்த அறையின் சுவரையே வெறித்துப் பார்த்துக் கொண்டிருந்தேன் புலவனின் முகம் சோப்புக் குமிழிகளைப் போல சின்ன சின்னதாய் அந்த அறை முழுவதும் பரவத் தொடங்கியது. அப்பா மறுமுனையில் 'ஹலோ ஹலோ' என்று அழைத்துக் கொண்டிருந்தார். "ம்,வரேன்பா" என்றேன்.

அடுத்த நாள் ஊருக்குச் சென்றேன். சரோஜா பாட்டியை வாசலில் கிடத்தி வைத்திருந்தார்கள். அவள் முகம் சலனங்கள் ஏதுமற்று எனக்கு மட்டும் ரகசியமாக ஏதோ சொல்வது போல் எனக்குப் பட்டது. ஒரு நிரந்தர விடுபடுதலின் நிம்மதி அவள் முகமெங்கும் பரவிக் கிடந்தது. யாரும் பெரிதாய் கவலைப்பட்டது போல் தெரியவில்லை. அவள் கணவனும், மகனும் மிச்சமிருக்கும் கடமைகளைப் பற்றி விசாரித்துக் கொண்டிருந்தனர்.

நான் சுற்றி சுற்றிக் கூட்டத்தில் புலவன் இருக்கிறானா என தேடிக் கொண்டிருந்தேன்.

அவளை எரிக்கும் வரை எங்கிருந்தாவது அவன் குரல் கேட்காதா என என் மனம் அலைபாய்ந்து கொண்டே இருந்தது. கடைசி வரை அவன் காணவில்லை.

"புலவன் இன்னும் உயிருடன்தான் இருப்பானா? இருந்திருந்தால் மட்டும் வந்திருப்பானா? வந்திருந்தால் அழுதிருப்பானா? அவனுக்கு அழத் தெரியுமா? அழ வேண்டியது அவசியமா?, அவசியம் என்று அவன் நினைப்பானா? இறந்து போனது ஒரு தேகம் தானே? அவன் என்ன இந்த தேகத்தையா காதலித்தான்? எல்லா இரவுகளிலும் பேசாத சொற்களுடன் இருவரும் பேசிக்கொண்டிருப்பதாய் சொன்னானே. காலத்திற்கு அப்பாற்பட்டது காதல் என்று சொன்னானே. இன்று காலத்தின் வெளியில் இருவரும் இணைந்திருப்பார்களா?" என்று ஏதேதோ சிந்தனைகள் மனம் முழுக்க நிரம்பி இருந்தது.

இரவு ஊருக்குக் கிளம்புவதற்காக பேருந்தில் ஏறி அமர்ந்திருந்தேன், அப்பா என்னிடம் ஏதேதோ பேசிக் கொண்டிருந்தார். அதில் எந்தக் கவனமும் முடிவுறாத சிந்தனையில் மூழ்கியிருந்தேன்.

பேருந்து நகரத் தொடங்கியது.

எங்கேயோ யாரோ பாரதிதாசனின் பாடலைப் பாடுவது போல் கேட்டது. அந்தப் பாடல் பேருந்தின் கண்ணாடி சன்னல்களைக் கிழித்துக்கொண்டு உட்புகும் காற்றின் சத்தத்தை விட அதிகமாக இன்னும் அதிகமாக என்னுள் ஒலிக்கத் தொடங்கியது.

அடையாளம்

Let me explain

அந்தக் குறுஞ்செய்தி பாரதியின் செல்போனில் வந்து விழும்போது மணி ஆறு இருக்கலாம். அந்த அரங்கத்தில் அவ்வளவு ஒன்றும் பெரிதான கூட்டம் இல்லை. அதை அந்த இளம் எழுத்தாளன் பொருட்படுத்தியதாய் தெரியவில்லை. ரசித்து ரசித்து தனது உரையை நிகழ்த்திக் கொண்டிருந்தான். பாரதி எந்த சுவாரசியமும் அற்று அமர்ந்திருந்தான். அந்த அரங்கில் இருபதிலிருந்து முப்பது பேர் வரை இருக்கலாம். யாருக்கும் அந்த நிகழ்வில் எந்த ஒரு ஈர்ப்பும் இருப்பதாய் தெரியவில்லை. எல்லோரும் ஏதோ ஒரு நிர்பந்தத்தின் பேரில் வந்திருப்பதாய் பட்டது. பாரதி அரங்கிலிருந்து மெதுவாய் தன்னை விடுவித்துக்கொண்டு வெளியே நடந்தான்.

அந்த அரங்கத்தின் வெளியே வந்து ஒரு சிகரெட்டைப் பற்ற வைத்துக்கொண்டான். மழை பெய்துகொண்டிருந்தது. அந்த அரங்கத் தின் எதிரே இருந்த அந்த அகலமான சாலை மழையில் வெறுமையாய் இருந்தது. சாலையின் இருமங்கிலும் பெரும்பாலான மக்கள் மழைக்குப் பயந்து ஒதுங்கியிருந்தனர். அந்த மழையில் திருச்சி ஒருவித ரம்மியத் தோடு இருப்பதாய் அவனுக்குப் பட்டது. கிட்டத்தட்ட பதினாறு ஆண்டுகள் கழித்து திருச்சிக்கு வருகிறான். அவனால் அத்தனை இயல்பாய் இங்கு இருக்க முடியவில்லை. இந்த நகரத்தைச் சார்ந்து எத்தனையோ நினைவுகள் அவனுக்குள் இருக்கிறது. அவனுக்குள் முட்டி மோதி கொண்டிருக்கிறது. முடிந்த வரை அவன் கடந்த கால நினைவுகளையும் அதனைச் சார்ந்த அடையாளங்களையும் மறக்கவே நினைத்திருந்தான். ஆனால் இந்த நகரத்தைச் சார்ந்த நினைவுகள் அத்தனை சுலபமாய் மறக்கக் கூடியது அல்ல. அதுவும் மழை பெய்யும் இந்த நகரத்தின் மையத்தில் நின்று கொண்டு.

திருச்சி நிறைய மாறியிருந்தது. அகலமான சாலைகள், நிறைய மேம்பாலங்கள், பெரிய பெரிய கட்டிடங்கள், பன்னாட்டு உணவகங்கள், கார்ப்பரேட் மருத்துவமனைகள் என இன்னும் நிறைய நிறைய. ஆனாலும் இவை அனைத்தையும் மீறி பாரதியால் இந்த திருச்சியின்

ஆன்மாவை உணர முடிந்தது. எல்லா நேரமும், எல்லா இடங்களிலும் அவனால் இந்த நகரத்தின் அந்தரங்கத்தைக் காண முடிந்தது. அவனுக்கு இந்த புறமாற்றங்கள் எதுவும் தடையாய் இல்லை. ஏனென்றால் ஒரு நகரத்தின் அடையாளம் என்பது எந்தப் புறத் தோற்றங்களிலும் இல்லை. அது அந்த நகரத்தின் ஆன்மாவில் கலந்திருக்கிறது. ஒரு காற்றைப் போல கலந்திருக்கிறது என அவனுக்குத் தெரியும்.

மழை கொஞ்சம் கொஞ்சமாய் குறையத் தொடங்கியது. அந்த வெறுமையான சாலை இப்போது போக்குவரத்தால் நிறையத் தொடங்கியது. இன்னும் சற்று நேரத்தில் ஒரு பெருளான ஜனத்திரளில் அந்த சாலை தனது அடையாளத்தை இழந்து விடும். அது மற்றுமொரு போக்குவரத்து நெரிசலான சாலையாகப் பார்க்கப்படும். நிறைய நேரங்களில் புறச் சூழல்களும், புறக் காரணிகளும் ஒரு அடையாளத்தை நிர்ணயிப்பதாய் அமைந்துவிடுகிறது. சூழலுக்கேற்ப தனது அடையாளத்தை மாற்றிக்கொள்ளும் ஒரு பச்சோந்தியைப் போல. ஆனால் மனிதன் என்பவன் தனது அகச் சூழலைப் பொறுத்தே தனது அடையாளத்தை வெளிப்படுத்துகிறான். அவனது அடையாளம்தான் அவனது மெய். அதனைச் சார்ந்துதான் அவன் அவனது வாழ்வைக் கட்டமைக்கிறான். ஒருவனது அடையாளம் என்பது எப்போதும் அவனது அகத்தைச் சார்ந்தே அமைந்துவிடுகிறது.

பாரதி தன்னளவில் ஒரு ஆண். அதுதான் அவனது அடையாளம். அவனது அக அடையாளம். பிறக்கும்போது பாரதி பெண்ணாய்ப் பிறந்தவன். அவனது புற அமைப்பு ஒரு பெண்ணின் அடையாளமாய் இருந்தது. இந்த இருவேறு அடையாளச் சிக்கல்கள் கொடுத்த எல்லா வலிகளையும் கடந்து தான் வந்திருக்கிறான். இன்று கூடுமான வரை தனது புற அடையாளங்களையும் மாற்றிக் கொண்டிருக்கிறான். இந்த அடையாளத்திற்காக, தனது அக அடையாளத்தை மீட்டெடுப்பதற்காக அவன் தன்னைச் சார்ந்த அத்தனையும் இழந்து வந்திருக்கிறான்.

இதோ இதே திருச்சியில்தான் பாரதியின் வாழ்க்கை தொடங்கியது ஒரு பெண்ணாக, ஒரு மகளாக, நான்கு அக்காக்களுக்கு ஒரே தங்கையாக. நான்கு பெண் பிள்ளைகளுக்குப் பிறகாவது ஒரு ஆண் பிள்ளை வேண்டும் என்ற பெற்றோரின் எதிர்பார்ப்பை பொய்த்து பாரதி பிறந்தாள். பாரதி என்ற பெயர்கூட அவள் பிறப்பதற்கு முன்பே முடிவு செய்யப்பட்ட பெயர். ஒரு ஆண் பிள்ளைக்காக. ஆனால் அந்தப் பெயர் பாலினங்களைக் கடந்து எல்லா வகையிலும் பாரதிக்குப் பொருந்திப் போனது.

சிறிது ஏமாற்றம் இருந்தாலும் அப்பாவுக்கு பாரதியை மிக எளிதில் பிடித்துப் போனது. அப்பாவின் நடுத்தர வயதும் அதில் எழும் இயல்பான வெற்றிடமும் கூட அதற்கு காரணமாக இருக்கலாம். பாரதி அந்த வெற்றிடத்தை இயல்பாக, முழுமையாக நிரப்பிக் கொண்டாள். அம்மாவிற்கு பாரதி நாலோடு ஒண்ணு ஐந்து அவ்வளவுதான். பாரதியும் ஒரு முழு அப்பா பிள்ளை. பெரும்பாலான

நேரங்கள் பாரதி அப்பாவுடன்தான் இருப்பாள். அப்பாவின் அருகாமையும் அப்பாவின் மேல் வீசும் அந்த வாசமும் பாரதிக்கு எப்போதும் தேவையாக இருந்தது. எல்லாவற்றிக்கும் மேல் அப்பாவின் உள்ளங்கை. அது அவ்வளவு மிருதுவாகவும் மென்மையாகவும் இருக்கும். ஒரு பெண்ணின் உள்ளங்கை போல. அப்பாவின் முன் கைகள் கூட ரோமங்கள் ஏதுமற்று மென்மையாக இருக்கும். பாரதிக்கு எப்போதும் அப்பாவின் கைகளைப் பற்றிக்கொள்ள வேண்டும். அப்பாவின் விரல்களோடு சேர்த்துக்கொள்ள வேண்டும். நடக்கும்போது தூங்கும்போது சாப்பிடும்போது என எப்போதும் அப்பாவின் கைகளைப் பிடித்துக்கொண்டேயிருப்பாள். அப்பா மாலை நேரங்களில் இப்ராகிம் பார்க் அழைத்துச் செல்வார். அப்போதெல்லாம் விளையாடக்கூட தோணாமல் அப்பாவின் கைப்பிடித்து மணிக்கணக்கில் அமர்ந்து இருப்பாள். அம்மாவுக்குத்தான் பிடிக்காது. "என்னடி, பொம்பளை பிள்ளை எப்ப பார்த்தாலும் அப்பா கைய பிடிச்சிட்டே இருக்குற? போடி, போய் பிள்ளைங்களோட சேர்ந்து விளையாடப் போடி" என்பாள்.

ஆரம்ப காலத்தில் இருந்தே பாரதிக்குப் பெண்களோடு விளையாடப் பிடிக்காது, பக்கத்து வீட்டு ஆண் பிள்ளைகள் கூடத் தான் விளையாடிக்கொண்டிருப்பாள். உடைகள்கூட ஆண் பிள்ளைகளுக்கான உடைகளைத் தான் கேட்டு வாங்கிக்கொள்வாள். அப்பாவிற்கு அது ஒன்றும் பெரிதாகத் தெரியவில்லை. ஆண் குழந்தை இல்லாததால் அவரும் அவள் கேட்கும் உடையையே வாங்கிக் கொடுப்பார். ஆனால் பள்ளிக்குப் போகும்போது யூனிபார்ம் போடணுமே. ஒவ்வொரு நாளும் அம்மாவிற்குப் போராட்டம்தான். இறுதியில் அப்பா வந்து ஏதாவது சமாதானம் செய்து போட்டு விடுவார். பாரதிக்கு ஏனோ பெண் பிள்ளைகளுக்கான உடையில் அவ்வளவு இயல்பாய் இருக்க முடிவதில்லை. ஏதோ அந்நியமாய் உணருவாள். பள்ளி விட்டு வந்தவுடன் அவள் செய்யும் முதல் வேலை, அந்த உடையை மாற்றுவதுதான்.

நாளாக நாளாக பாரதியின் நடவடிக்கைகளில் நிறைய ஆண் தன்மை தெரியத் தொடங்கின. முடியமைப்பு உட்பட பாரதி அத்தனையும் ஒரு ஆண் போலவே இருக்குமாறு மெனக்கெட்டாள். பள்ளியில் இருந்து நிறைய புகார்கள் வரத் தொடங்கின. பாரதி எப்போதும் ஆண் நண்பர்கள் கூடவே பேசிக் கொண்டிருக்கிறாள். அவர்கள் விளையாடும் விளையாட்டைத் தான் விரும்பி விளையாடுகிறாள். மதிய உணவைக் கூட அவள் ஆண் பிள்ளைகள் கூடவே அமர்ந்து சாப்பிடுகிறாள் என நிறைய புகார்கள். அப்பாவிற்கு ஆரம்பத்தில் இது பெரிய விஷயமாகப் படவில்லை என்றாலும் பள்ளி நிர்வாகத்தின் தொடர்ச்சியான புகார்களால் கொஞ்சம் கொஞ்சமாக அவர் வருத்தப்படத் தொடங்கினார். அம்மாவிற்கு கோபப்படுவதைத் தவிர வேறு எதுவும் தெரியவில்லை. அப்பா, பெண் என இரண்டு பேர் மீதும் கோவம். "உங்களால்தான் இந்தப்

பொண்ணு இப்படி இருக்கா. ஒரு பொம்பள புள்ளையை வளர்க்கற மாதிரியா வளர்த்தீங்க. அதனால்தான் இவ இப்படி டவுசர போட்டுக்கிட்டு சுத்திட்டு இருக்கா" என்று கத்திக் கொண்டிருப்பாள்.

பாரதி தனது வளர் இளம் பருவத்தை நெருங்க நெருங்கத் தன்னைக் கொஞ்சம் கொஞ்சமாக உணரத் தொடங்கினாள். அவள் உடலைப் புரிந்துகொள்ள முற்பட்டாள். அவளது உடல் முன்னெப் போதும் விட அவளுக்கு மிகப் பெரிய சுமையாய் இருந்தது. அவளால் சுமக்க முடியாத பாரமாய் இருந்தது. அவள் உடல்மீது அவளுக்கு இயல்பாய் வரக் கூடிய எந்த ஒரு ஈர்ப்போ ஆசையோ கர்வமோ அவளுக்கு ஏற்படவில்லை. மாறாக, வெறுப்பாக இருந்தது. அவளது மனம் உடலுடன் இசையவில்லை. உடலும் மனமும் வேறு வேறு திசைகளில் இயங்கின. அவள் உடலில் நிகழும் பருவ ரீதியான மாற்றங்கள் ஒவ்வொன்றும் அவளுக்கு அருவருப்பாய் இருந்தது. ரணமாய் இருந்தது. தீர்க்க முடியாத ரணம். அவள் மட்டுமே அறிந்த ரணம். இந்த ரணத்தில் இருந்து, வலியில் இருந்து, அருவருப்பில் இருந்து மீள நினைத்தாள். இந்தப் புற அடையாளங்கள் ஒரு தடிமனான கம்பளியைப் போல தன்னை முழுதுமாய் போர்த்திக் கொண்டுள்ளதாய் நினைத்தாள். எல்லோரும் இந்தக் கம்பளியைத்தான் நான் என நினைத்து விடுகிறார்கள். ஏனென்றால் அதுதான் சுலபமானது. நான் என நான் நினைப்பது இந்தக் கம்பளியை அல்ல, அதற்குள் இருக்கும் என்னைத்தான். ஏனென்றால் நான் யாரென்பது எனக்கு மட்டுமே தெரிந்த ரகசியம். அது எனது மனதைச் சார்ந்த ரகசியம்.

எனது மனதை, எனக்குள் நிகழ்ந்து கொண்டிருக்கும் இந்த அடையாளச் சிக்கல்களை, எனது கம்பளிக்குள் மறைந்திருக்கும் என்னை, எனது ரகசியத்தை அப்பாவிற்கு மட்டும் சொல்லி விட வேண்டும் என்று பாரதி நினைத்தாள். அப்பா புரிந்து கொள்வார். அப்பாவிடம் ஒரு தீர்வு கூட இருக்கலாம் என நினைக்கத் தொடங்கினாள். ஆனால் அப்பா இப்போதெல்லாம் முன்பு போல பேசுவதில்லை. வீட்டிற்கு லேட்டாகத்தான் வருகிறார். வந்தவுடன் சாப்பிட்டுத் தூங்கப் போய்விடுகிறார். பாரதி அப்பாவுடன் தூங்கி நிறைய நாள் ஆயிற்று. பாரதிக்கு அப்பாவிடம் எல்லாவற்றையும் சொல்லி அழ வேண்டும் போலிருந்தது. அப்படியே அப்பாவின் அந்த மிருதுவான மென்மையான கைகளைப் பிடித்துக் கொண்டே அப்பாவுடன் தூங்க வேண்டும் போல் இருந்தது.

பாரதிக்கு இந்தத் துயரம் சார்ந்த அடையாளத்தைக் களைவதும், அது நிமித்தமான இந்த சமூகத்தின் பார்வையை எதிர்கொள்வதும் அத்தனை எளிதாக இல்லை. ஒரு இருள் சூழ்ந்த உலகத்தில் அகப்பட்டுக் கொண்டதைப் போலிருந்தது. அப்பாவைத் தவிர வேறு யாராலும் இதைப் புரிந்துகொள்ள முடியாது. அப்பாவும் இதைக் கேட்கத் தயாராக இல்லை. நாளுக்கு நாள் அவள்மீதான பார்வையும், வெற்றுக் கேலிப்பேச்சுகளும் அதிகமாகிக் கொண்டே

யிருந்தது. இந்த வயதின், இந்த பருவத்தைச் சார்ந்த சந்தோசத்தையும் மகிழ்ச்சியையும் அவளால் முழுமையாக அனுபவிக்க முடியவில்லை. எந்த ஒரு விசயத்திலும் தன்னை ஈடுபடுத்திக் கொள்ள முடியவில்லை. இதற்குக் காரணமோ, தீர்வோ எதுவும் பாரதியிடம் இல்லை. அவள் மனம் காற்றில் அலையும் ஒரு காற்றாடி போல இலக்கின்றி அலைந்துகொண்டிருந்தது.

பாரதிக்கு அப்போது இருந்த ஒரே ஒரு ஆறுதல் வாசு மட்டுமே. வாசு பாரதியை விட இரண்டு வயது பெரியவன். ஒரே பள்ளியில் தான் இருவரும் படிக்கிறார்கள். வாசுவால் பாரதியை ஓரளவுக்குப் புரிந்துகொள்ள முடிந்தது. பாரதிக்கு வாசுவுடன் பேசும்போதெல்லாம் அப்பாவிடம் பேசுவது போல இயல்பாக இருக்க முடிந்தது. வாசுவின் பேச்சில் பாரதிக்கு ஒரு முதிர்ச்சி தெரியும். அந்த முதிர்ச்சியான அணுகுமுறைதான் அவளுக்குத் தேவையானதாக இருந்தது. இதே முதிர்ச்சியுடனும், பக்குவத்துடனும்தான் இந்தப் பள்ளியும், இதன் ஆசிரியர்களும் என்னை அணுகியிருக்க வேண்டும். ஆனால் யாரும் இதுவரை தன்னை அப்படி அணுகவில்லை என்பது பாரதிக்கு ஏமாற்றமாக இருந்தது. அப்பாவே இதற்குத் தயாராக இல்லாதபோது இந்தப் பள்ளியையோ, இதன் ஆசிரியர்களையோ நான் எப்படிக் குறை சொல்ல முடியும் என்று நினைத்துக் கொள்வாள்.

வாசு மட்டும் அடிக்கடி சொல்வான், "இங்கு யாரும் உன்னைப் புரிந்துகொள்ள மாட்டார்கள். அதை எப்போதும் நீ எதிர்பார்க்காமல் இரு. நீ, நீயாக வாழ வேண்டும். உனது அடையாளத்தோடு வாழ வேண்டும் என்று விரும்பினால் இங்கிருந்து போய் விடு. எங்க மாமா சென்னையில் இருக்கார். ஒரு பத்திரிகையில் சீனியர் எடிட்டராக இருக்கிறார். அங்கு போய் விடு. அவர் உன்னைப் புரிந்துகொள் வார். நான் அவரிடம் பேசுகிறேன்" என்பான். ஆனால் பாரதிக்கு தான் அப்பாவை விட்டு விட்டு எப்படிப் போவது என்று தயக்கம். அப்பா தன்னை நிச்சயம் புரிந்துகொள்வார் என நம்பினாள்.

பாரதி தன்னை முழுமையாக உணர்ந்து கொண்ட நாள் ஒன்று வந்தது. தனது மனதோடு எந்த சமரசமும் தன்னால் செய்துகொள்ள முடியாது என்று பாரதி புரிந்துகொண்ட நாள் அது. பாரதி தன் வாழ்க்கையை இந்த உடல் சார்ந்து, தனது மனம் சார்ந்து மீள் கட்டுமானம் செய்வது அவசியமானது என்று தெரிந்து கொண்ட நாள் அது. ஆனால் அந்த நாளும் அது சார்ந்த நினைவுப் படிமங்களும் அத்தனை ஒன்றும் சந்தோசமானதாக இல்லை.

எப்போதும் போல தான் அன்றும் விடிந்தது எந்த சுவாரசியங்களும் அற்று. பாரதி அன்று பள்ளிக்கு முன்னதாகவே சென்று விட்டாள். வகுப்பில் காவியா மட்டும்தான் இருந்தாள். பாரதியைப் பார்த்து சிரித்தாள். வந்து அருகில் அமரச் சொன்னாள். பாரதிக்குக் கொஞ்சம் கூச்சமாக இருந்தது. முடியாது என்று சொன்னாள். ஏதாவது கேலியாகச் சொல்வாள் என்று நினைத்து அவள் அருகில் சென்று

கொஞ்சம் தள்ளியே அமர்ந்தாள். காவியா நெருங்கி வந்து பாரதியின் மிக அருகில் அமந்துகொண்டாள். "ஏன் எப்போதும் பசங்க கூடவே இருக்க? உனக்கு ஒரு மாதிரி இல்லையா?" என்றாள்.

"இல்லை. உன் பக்கத்தில் இப்படி உட்கார்ந்து இருக்கும் போதுதான் எனக்கு ஒரு மாதிரி இருக்கு."

"நம்ம ரெண்டு பேரும் பொண்ணுங்கதானே. என்ன ஒரு மாதிரி இருக்கு?" என்று பாரதியின் கையைப் பிடித்தாள்.

பாரதிக்குப் படபடப்பாக இருந்தது, அவளது அருகாமை அவளுக்குள் ஏதோ செய்தது. பசங்க கூட கட்டிப் புரண்டு எல்லாம் சண்டை போட்டு விளையாடி இருக்கிறாள். ஒரு முறைகூட அவளுக்குள் இப்படி நிகழ்ந்தது இல்லை. ஒரு பெண்ணின் அருகாமை யும் தொடுதலும் அவளுக்குள் இத்தனை கிளர்ச்சியை உண்டுபண்ணும் என அவள் எதிர்பார்க்கவே இல்லை. இன்னும் கொஞ்சம் நெருக்கமாய் அமர்ந்தாள்.

"கேட்டுக்கிட்டே இருக்கேன்,என்ன அப்படி யோசிக்கற?" என்று கேட்டுக்கொண்டே காவியா பாரதியின் கையை எடுத்து தனது மடி மேல் வைத்துக் கொண்டாள்.

பாரதிக்கு வார்த்தைகள் எதுவும் வரவில்லை. தனது கையைக் கொஞ்சம் அழுத்தமாக அவளின் தொடையில் பரவ விட்டாள்.

"ஏன் இப்படி பாய்ஸ் மாதிரி முடி வெட்டியிருக்க?" என்று காவியா பாரதியின் கேசத்தைக் கலைத்து விட்டாள்.

"இது உனக்குப் பிடிச்சிருக்கா?" என்றாள் பாரதி.

"நீ பையன் மாதிரி இருக்க?"

"நான் பையன்தான்."

"எப்படி நம்பறது? நீ சும்மா சொல்ற."

"நிஜம்தான்."

"அப்படினா எனக்கு ஒரு முத்தம் கொடு பார்க்கலாம்."

பாரதி அவளின் மிருதுவான கரங்களைப் பற்றிக் கொண்டாள். இன்னும் கொஞ்சம் நெருங்கி போய் அவளை முத்தமிட்டாள். மென்மையாக பின் அழுத்தமாக பின் மூர்க்கமாக. காவியாவும் முத்தமிட்டாள். அவர்கள் தங்களை மறந்தார்கள். பாரதியின் அடையாளத்தையும் அதன் ரகசியத்தையும் காவியா ஒரு சாவியைக் கொண்டு திறந்துவிட்டாள். அது உணர்ச்சிப் பிழம்பாய் கொஞ்சம் கொஞ்சமாக பாரதியின் சுயம் முழுதும் நிறையத் தொடங்கியது.

வெளியே யாரோ சிரிப்பது கேட்டது. இருவரும் தங்களின் நிலையை உணர்ந்து திரும்பிப் பார்த்தபோது அந்த வகுப்பில் உள்ள எல்லோரும் வந்திருந்தார்கள். இவர்களைப் பார்த்து சிரித்துக் கொண்டிருந்தனர்.

அந்த சம்பவம் அவ்வளவு வேகமாக எல்லா இடமும் பரவியது.

அதன் நீட்சியாக பாரதி பள்ளியிலிருந்து நீக்கப்பட்டாள். காவியா ஒரு வாரம் சஸ்பெண்ட் செய்யப்பட்டாள், பாரதியின் அப்பா நிலை குலைந்து போனார். எங்கு போனாலும் இதே கேள்வி, கிண்டல், கேலிப் பேச்சு, அறிவுரை அப்பாவால் எங்கும் போக முடியவில்லை. வீட்டிலே முடங்கிக் கிடந்தார். அம்மா எப்போதும் அழுதுகொண்டே இருந்தாள். "நாலோட நிப்பாட்டிக்கலாம்னு சொன்னேனே இந்த மனுசன்தான் பையன் பையன்னு அலைஞ்சார். அதுக்குத்தான் இப்படி வந்து பொறந்திருக்குது எல்லாத்தோட உயிரையும் வாங்க" என்று அழுது புலம்பித் திட்டிக் கொண்டிருந்தாள்.

பாரதியைப் பொறுத்தவரை அவளுக்கு இது பெரிதாய் தெரியவில்லை. இதைவிட மோசமான தருணங்களை எல்லாம் அவள் கடந்து வந்திருக்கிறாள். "போயும் போயும் ஒரு பொண்ணோட" என்று அம்மா அழுது கொண்டிருந்தாள். பாரதிக்கு நன்றாகத் தெரியும். இதே அவள் ஒரு ஆணுக்கு முத்தம் கொடுத்திருந்தால் அது இத்தனை அசிங்கமாய் பார்க்கப்பட்டிருக்காது. ஒரு ஹோமோ செக்ஸுவலாக, ஒரு லெஸ்பியனாக இது புரிந்து கொள்ளப்பட்டதால் தான் இது இத்தனை அசிங்கமாகவும் ஒழுங்கீனமாகவும் அணுகப் படுகிறது. பாரதியைப் பொறுத்தவரை இது ஹோமோசெக்ஸுவல் கிடையாது. அவளைப் பொறுத்தவரை அவள் ஒரு ஆண். ஒரு ஆணுக்கு ஒரு பெண்ணின் மீதுதான் இயல்பாக ஈர்ப்பு வரும். பாரதிக்கும் ஒரு பெண்ணின் மீதுதான் ஈர்ப்பு வந்தது. அது எப்படி ஹோமோசெக்ஸுவல் ஆகும்? இந்த சமூகம் என்னைப் பெண்ணாய்ப் பார்த்தால் அது என் தவறு எப்படி ஆகும்? நான் யாரென்பது எனக்குத்தான் தெரியும். இதை யாரிடமும் நிறுவ வேண்டிய அவசியம் தனக்கில்லை என உறுதியாக நம்பினாள்.

பாரதியின் கவலை எல்லாம் அப்பாவைப் பற்றியதுதான். அப்பா ஒரு வார்த்தைகூட இதைப் பற்றிக் கேட்கவில்லை. அவர் கேட்டிருந்திருக்கலாம். அவரைத் தன்னால் புரியவைக்க முடியும். அப்பா தன்னைப் புரிந்துகொள்வார் என்று நம்பினாள். ஆனால், அப்பாவின் மௌனம் கவலையூட்டக் கூடியதாய் இருந்தது. ஒருவேளை அப்பா புரிந்துகொள்ளத் தயாராய் இல்லையோ என்று நினைத்தாள். நான் மன்னிப்பு கேட்பேன் என்று நினைப்பாரோ. நடந்த செயலுக்கு நான் ஒரு போதும் வருந்தப் போவதில்லை. இத்தனை காலம் எனக்குள் அவிழ்க்கப்படாமல் கிடந்த ஏராளமான புதிர்களை அந்த தருணம்தான் விடுவித்தது. உடல் ரீதியாக எனது அத்தனை குழப்பங்களுக்கும் அந்த தருணத்தில்தான் விடையிருந்தது. நான் என்னைத் தெரிந்துகொண்டேன். நான் யாரென தெரிந்து கொண்டேன். எனது உடல் அத்தனை இயல்பாய் எனது மனதோடு இசைந்துபோனது அந்த தருணத்தில்தான். அதற்காக நான் ஒருபோதும் வருந்தப் போவதில்லை. அப்பா பேசினால் புரிய வைக்க முயற்சி செய்வேன். அப்பாவால் அது முடியாது. அவர் இந்தச் சமூகம் வரையறை செய்த நியாயங்களின் பின்னால் மறைந்துகொள்வார். அப்பாவால்

அதனை அவ்வளவு எளிதாக உதறிவிட முடியாது. ஏனென்றால், அவர் அப்பா. நான்கு பெண்களுக்கு அப்பா.

பாரதி கிளம்புவது என முடிவு செய்துவிட்டாள். வாசு அதற்கான அனைத்து ஏற்பாட்டையும் செய்துவிட்டான். யாரிடமும் சொல்ல வேண்டும் என்று தோன்றவில்லை. அப்பாவின் அந்த மென்மையான கைகளுக்குள் தனது கைகளை இறுதியாய் ஒருமுறை கோர்த்துக்கொள்ள நினைத்தாள். அப்பாவின் அறைக்குச் சென்றாள். அப்பா உறங்கிக் கொண்டிருந்தார். அருகில் உட்கார்ந்துகொண்டாள். அப்பாவின் கைகளைப் பற்றிக் கொண்டாள். அந்தத் தொடுதலின் வழியாக எல்லாமும் பேசி விட முடிந்தால் எத்தனை சுலபமாக இருக்கும் என்று நினைத்தாள். இந்த ஸ்பரிசமும், அதன் வழியே கடத்தப்படும் இந்த அன்பும் இதுவே கடைசியாக இருக்கக்கூடாது என்று நினைத்தாள். கண்களில் கண்ணீர் திரண்டு வந்தது. அது அப்பாவின் அந்த பஞ்சு போன்ற கைகளில் பட்டுத் தெறித்தது. அப்பா ஒருவேளை விழித்துக் கொள்ளலாம். இல்லை விழித்துக்கொண்டுதான் இருக்கலாம் என்று நினைத்தவளாய் அங்கிருந்து கிளம்பினாள்.

பதினாறு வயதில் இந்த நகரத்தைவிட்டுக் கொட்டும் மழையில் கிளம்பிய பாரதி என்பவள், அதே பதினாறு வருடம் கழித்து அதே மழை பெய்யும் ஒரு நாளில் இந்த நகரத்திற்கு பாரதி என்பவனாய் திரும்பி வந்திருக்கிறான். தனது அடையாளத்தை அகம் சார்ந்த அடையாளத்தை இத்தனை வருடங்களில் மீட்டெடுத் திருக்கிறான். அதன் வலிகளும் ரணமும் இன்னும் பாரதியின் மன அடுக்குகளில் ஒளிந்திருக்கிறது என்பதற்கு இந்த நகரத்தை தவிர வேறு எதுவும் சாட்சியாக இருக்க முடியாது.

“என்னடா பாதியில் வந்துட்ட, உன் பொறுமைய ரொம்பவே சோதிச்சிட்டாங்களா?” வாசுவின் குரல் கேட்டு பழைய நினை வோட்டங்களில் இருந்து மீண்டு பாரதி வெளியே வந்தான்.

“நான் கிளம்பறேன். நீ எல்லாத்தையும் முடிச்சிட்டு ஏர்போர்ட் வந்துடு” என்று சொல்லிவிட்டு இன்னொரு சிகரட்டைப் பற்றவைத் தான் பாரதி.

“என்னடா அதுக்குள்ள? நாளைக்கு போலாம் இரு. உனக்கு கொஞ்சம் மாறுதலா இருக்கும்னுதான் இங்க வரச் சொன்னேன். ரெண்டு நாள் இருடா. கோவம்லாம் முதலில் குறையட்டும் மீதியெல்லாம் நிதானமாகப் பேசிக்கலாம்.”

“என்ன பேசுறது? பேசறதுக்கு எதுவும் இல்ல.”

“அப்படியெல்லாம் இல்லடா. காவியா இல்லாம நீயே இல்ல. உன்னைவிட உனக்காக அதிக இழப்புகளையும், அதிக வலிகளையும் அவள்தான் கடந்து வந்திருகிறாள். ஒரு சீனியர் ரிப்போர்ட்டராக உனது இந்த அபரிமிதமான வளர்ச்சிக்குக் காவியாவைத் தவிர வேறு எந்தக் காரணமும் இருக்க முடியாது. நீ காவியாகிட்ட பேசு. அவளுக்கு ஒரு வாய்ப்பு கொடுடா. நீயே எல்லாத்தையும்

முடிவு பண்ணிட்டா எப்படி? காலையிலிருந்து நிறைய மெசேஜ் அனுப்பியிருக்காளாமே, நீ பேசுடா எல்லாம் சரியாகிடும்."

"ஒவ்வொருத்தருக்கும் அவங்க செயலுக்குப் பின்னாடி ஒரு நியாயம் இருக்கும். அவளுக்கும் ஒரு நியாயம் இருக்கும், அது எனக்கு முக்கியம் இல்ல. காதலுக்கும், அன்புக்கும் எந்த நியாயமோ அநியாயமோ கிடையாது. இத காவியாவே நிறைய முறை சொல்லிருக்கா, "love does not need explanation, you just understand" னு எத்தனையோ முறை சொல்லிருக்கா. இன்னைக்கு "let me explain" னு மெசேஜ் அனுப்பிட்டு இருக்கா. இது முடிஞ்சு போச்சுடா. இழப்பு எனக்கு ஒண்ணும் புதுசு இல்ல. எல்லா இழப்பையும் கடந்துதான் இங்க வந்திருக்கேன்."

"பாரதி, நீயா இப்படிப் பேசற. காவியாவை உன்னால் எப்போதும் இழக்க முடியாது. அவள்தான்டா நீ. நீதான் அவள். காவியா எங்கிட்ட பேசுனா. எல்லாத்தையும் சொன்னா. என்ன பெரிதா நடந்துடுச்சு? அந்தக் கண நேரத்தில் நிகழ்ந்த அவள் உடல் சார்ந்த ஒரு பலகீனம். சூழ்நிலையும் சந்தர்ப்பங்களும் எல்லாருடைய பலகீனங்களையும் வெளியே கொண்டுவரும். குறைந்தபட்சம் அது உடல் அவ்வளவுதான். உடலுக்கு உயிர் கிடையாது. உடலுக்குப் பிரியம் கிடையாது. அதற்குத் தேவையானதெல்லாம் உணர்ச்சிகளைக் கொட்ட ஒரு வடிகால். ஒரு சந்தர்ப்பம் அவ்வளவுதான். உடல் சார்ந்து இந்தச் சமூகம் நிர்ணயித்திருக்கிற ஒழுக்கவியல் விழுமியங்கள் எல்லாம் எவ்வளவு முட்டாள்தனமானது என்று உன்னைவிட யாருக்குத் தெரியும்? ஒருவரின் அடையாளம் அவரது உடல் அல்ல, மனம். உடல் ரீதியான வாதைகளும் ஆசைகளும் உணர்ச்சிகளும் ஒருவரின் ஆளுமையை நிர்மாணிக்க முடியாது என்று சொல்லித்தான் நீ இன்று நீயாய் இருக்கிறாய். காவியாவின் உடல்தான் காவியாவின் அந்தக் கணத்தைக் கட்டமைத்திருக்கும். அவள் மனம் கிடையாது. அது எப்போதும் உன்னைச் சுற்றியேதான் இருக்கும். அதனால்தான் நடந்த சம்பவத்தை அவளால் உடனடியாக உன்னிடம் சொல்ல முடிந்தது. இதை அவள் எப்போதும் மறைத்திருக்கலாம். ஆனால் அவள் மனம் அதற்கு ஒப்பாது. இதையெல்லாம் நீயே புரிந்துகொள்வாய் என்றுகூட அவள் எதிர்பார்த்திருக்கலாம்."

"சரி, நான் கிளம்பறேன். நீ நேராக ஏர்போர்ட் வந்துடு" எனச் சொல்லிவிட்டு விறுவிறுவென காரை நோக்கிக் கிளம்பினான் பாரதி.

வாசுவிற்குத் தெரியும், இதற்கு மேல் பாரதியிடம் பேசமுடியாது. அவன் பேசுவதையோ, மற்றவர்களின் தர்க்க ரீதியான விளக்கங்களையோ எப்போதும் ஒரு பொருட்டாய் எடுத்துக் கொள்ளமாட்டான். அவனைப் பொறுத்தவரை அவனது நியாயம்தான் அவனுக்கு நியாயம். தனி மனித உணர்வையும், அது சார்ந்த மதிப்பீடுகளையும் பற்றி எப்போதும் பாரதிக்கு எந்த ஒரு கரிசனமும்

இருந்தது இல்லை. அது இயல்பாகவே அவனுக்கு வந்ததா, இல்லை இந்தக் கடினமான வாழ்க்கை அவனை இப்படி மாற்றியதா என்பது வாசுவுக்குக் கூட தெரியாது. வாசு பாரதியிடம் அப்பாவைப் பார்க்க போலாமா என்று கூட கேட்க நினைத்தான். ஆனால், பாரதி அதற்கு ஒத்துக்கொள்ள மாட்டான் என்று நினைத்தான்.

"ஹோட்டல் போய்ட்டு ஏர்போர்ட் போகணும்" என்று டிரைவரிடம் சொல்லிவிட்டு, இன்னுமொரு சிகரெட்டை எடுத்து பற்ற வைத்தான் பாரதி. தனது செல்போனை எடுத்து உயிர்பித்தான். அடுக்கடுக்காய் மெசேஜ் வந்து கொண்டேயிருந்தது. எல்லாமே காவியா அனுப்பியதுதான். "Let me explain" என்பதைத் தவிர, வேறு ஒன்றும் இல்லை. திரும்பவும் செல்லை அணைத்துப் பாக்கெட்டில் வைத்துக்கொண்டான். காரின் அந்த செவ்வக கண்ணாடி வழியே இன்னும் மழை பெய்து கொண்டிருந்தது. கார் இப்ராஹிம் பார்க்கைக் கடந்து சென்றுகொண்டிருந்தது. ஒரு நிமிடம் மழையில் நனைந்த அந்தப் பார்க்கைப் பார்த்தான். ஒன்னும் பெரிய மாற்றமில்லை. பதினாறு வருடங்களுக்கு முன்பு பார்த்த மாதிரியேதான் இருக்கிறது. அதன் சுவர்கள் மட்டும் வண்ணம் பூசப்பட்டிருக்கிறது. அதில் சில ஓவியங்கள் வரையப்பட்டிருக்கின்றன. மற்றபடி இது அவன் நடை பயின்ற, அப்பாவின் விரல் பிடித்து நடந்த அதே இப்ராஹிம் பார்க்தான். கடந்த காலத்தில் தான் சந்தோசமாகக் கூட இருந்திருக்கிறேன் என்பதற்கு இந்தப் பார்க் மட்டும்தான் சாட்சி என நினைத்துக் கொண்டான்.

பாரதிக்கு அப்பாவைப் பார்க்க வேண்டும் எனத் தோன்றியது. அப்பா இப்போது எப்படி இருப்பார் என மனசுக்குள் நினைத்துக் கொண்டான். அப்பா என்னைக் கண்டிப்பாகத் தொலைகாட்சியில் ஏதாவது ஒரு நிகழ்ச்சியில் பார்த்திருப்பார். அது நானதான் எனத் தெரியுமா? இத்தனை வருடத்தில் என்னைப் பார்க்க வேண்டும் என ஒருமுறைகூடவா நினைத்திருக்க மாட்டார்? அப்படி நினைத்திருந்தால் கட்டாயம் தேடி வந்து என்னைப் பார்த்திருப்பாரே? ஒருவேளை காவியா விஷயம் தெரிந்து இன்னும் அதிகமாகக் கோவப்பட்டிருப்பாரோ? அப்பா என்னைப் புரிந்துகொண்டிருந்தால், கண்டிப்பாக வந்து என்னைப் பார்த்திருப்பார். ஒருவேளை அப்பாவிற்கு ஏதாவது ஆகியிருக்குமோ? அப்பா இன்னும் உயிரோடுதான் இருக்கிறாரா? இந்த எண்ணம் வந்த பிறகு பாரதிக்குக் கொஞ்சம் படபடப்பாய் இருந்தது. காரை நிறுத்தச் சொல்லி இறங்கிக் கொண்டான். ஒரு ஓரமாகச் சென்று இன்னுமொரு சிகரெட்டை எடுத்துப் பற்ற வைத்துக்கொண்டான். இனி அப்பாவைப் பார்க்காமல் இங்கிருந்து போகக் கூடாது என முடிவெடுத்தவனாய் உடனடியாக வாசுவிற்குப் போனைப் போட்டு, "அப்பாவைப் பார்க்கலாம். நேரா கல்லுக்குழி ரயில்வே கிரவுண்ட் வந்துடு. அங்கிருந்து ரெண்டு பேரும் ஒன்னாப் போகலாம்" எனச் சொல்லி வைத்துவிட்டான். வாசுவிற்கு இது ஒரு பெரிய ஆச்சரியமாக இருந்தது. அவனால்

முதலில் அதனை நம்ப முடியவில்லை. ஆனால் எதிர்பார்த்திருந்தான். ஏனென்றால், பாரதியின் அப்போதைய மன நிலை நம்ப முடியாத முடிவுகளை எடுக்கக் கூடியதாய் இருந்தது.

கல்லுக்குழி ரயில்வே காலனியில் அந்த வீடு பூட்டியிருந்தது. இந்த பதினாறு வருடங்களுக்கான மாற்றம் என ஒன்றும் அங்கு இல்லை. பழைமை மாறாத அதே ரயில்வே குவாட்டர்ஸ். பாரதியின் வீடு மட்டும் கொஞ்சம் மாறியிருந்தது. பராமரிக்காமல் விட்ட குரோட்டன்ஸ் செடிகள். சிதிலமடைந்த சுவர்கள். கரையான் அரித்த மரச்சட்டங்கள் என சில மாற்றங்கள். மொத்தத்தில் அந்த வீடு பொலிவற்றதாய் இருந்தது.

“என்னடா வீடு பூட்டியிருக்கு? இரு நான் பக்கத்து வீட்டில் போய் விசாரித்துவிட்டு வர்றேன்” என்று சொல்லிவிட்டு சென்றான் வாசு.

பாரதி அங்கு கிரிக்கெட் விளையாடும் சிறுவர்களையே பார்த்துக்கொண்டிருந்தான்.

வாசு கொஞ்சம் பதட்டமாக வந்தான். அவன் நடையில் கொஞ்சம் வேகத்தைக் கவனித்தான் பாரதி.

“பாரதி, சீக்கிரம் கிளம்பு ரயில்வே ஆஸ்பத்திரிக்குப் போகணும்”

“என்னடா, என்னாச்சு?”

“அப்பாவிற்கு நேத்து நைட் திடீர்னு நெஞ்சு வலியாம். எல்லாரும் ஆஸ்பத்திரியில்தான் இருக்காங்களாம்.”

பாரதியின் கண்களிலிருந்து கண்ணீர் முட்டிக் கொண்டு வந்தது. அவன் அழுது பல வருடங்கள் ஆயிற்று. கண்ணீர் எல்லாம் வற்றிப் போய்விட்டது என நினைத்துக் கொண்டிருந்தான். கண்களைத் துடைத்துக்கொண்டு “வாசு அப்பாவைப் பார்க்கணும் டா. பேசக் கூட வேண்டாம். பார்த்தால் போதும் டா” என்றான்.

“சீக்கிரம் வா பாரதி. ரயில்வே ஆஸ்பத்திரிக்குத்தான் முதலில் கூட்டிட்டுப் போனாங்களாம். ஆனால், இன்னும் அங்குதான் இருப்பார்களா என்று தெரியவில்லையாம். நம்ம போய்த்தான் அங்க விசரிக்கணும் வா.”

ரயில்வே ஆஸ்பத்திரியில் விசாரித்ததில், நேற்று இரவே கே.எம்.சி. கூட்டிட்டுப் போய்விட்டதாய்ச் சொன்னார்கள்.

பாரதிக்கு இன்னும் படபடப்பாய் இருந்தது. இத்தனை வருடங்களில் ஒருமுறை கூட அப்பாவைப் பற்றியோ, அவரது உடல் நிலையைப் பற்றியோ ஒருமுறை கூட தோன்றியது இல்லை. இப்போது மட்டும் ஏன் தோன்ற வேண்டும்? திருச்சி வந்ததுதான் காரணமா? அப்படியென்றால் இந்த பதினாறு வருடங்களில் திடீரென எப்படி இன்று திருச்சி வந்தேன்? இது எல்லாம் யாருடைய கணிப்பு? இவை அனைத்தும் ஒரு தற்செயல் நிகழ்வு என்பதை பாரதியால் அவ்வளவு சுலபமாக எடுத்துக்கொள்ள முடியவில்லை.

கார் கே.எம்.சி. வந்து சேர்ந்தது.

பாரதி வேக வேகமாக உள்ளே சென்றான். மருத்துவமனை வெளியே நாலைந்து பேர் அழுதுகொண்டிருந்தார்கள். அதில் யாரும் தனக்குத் தெரிந்தவர்கள் இருக்கக் கூடாது என்று பார்த்தான். யாரையும் தெரியவில்லை. தெரிந்தவர் யாரேனும் இருந்தால்கூட அவனுக்கு அடையாளம் தெரியப்போவதில்லை. வாசு அதற்குள் விசாரித்துக்கொண்டு வந்தான். "ஐ.சி.யூல இருக்காராம். வா போலாம்."

இரண்டு பேரும் லிஃப்ட்க்குக் கூட காத்திருக்க முடியாமல் அத்தனை விரைவாகப் படியேறினர். ஐ.சி.யூ.விற்கு வெளியே பத்துப் பதினைந்து பேர் நின்றிருந்தனர். பாரதி எல்லோரையும் பார்த்தான். அந்த காத்திருக்கும் இடம் அவ்வளவு அமைதியாக இருந்தது. எல்லோரும் ஏதோ யோசனையில் இருப்பதுபோல் பட்டது. வாழ்வுக்கும் இறப்புக்கும் மத்தியில் இந்த ஐ.சி.யூ.வின் கதவுதான் இருப்பதைப்போல எல்லோரும் அந்தக் கதவையே பார்த்துக் கொண்டிருந்தனர். ஒவ்வொருவருக்கும் சொல்ல அந்த கதவின் உள்ளே ஒரு செய்தி இருக்கிறது. ஒவ்வொருமுறையும் அந்தக் கதவு திறக்கும்முறை ஒன்றுதான். ஆனால், அதன் வழியாக எல்லோருக்கும் ஒரேவிதமான செய்தி அனுப்பப்படுவதில்லை.

அந்தக் கூட்டத்தில் பாரதி அம்மாவைக் கண்டுகொண்டான். அம்மா சோர்ந்து போய் உட்கார்ந்திருந்தாள். அம்மாவைச் சுற்றிலும் குழந்தைகள் உட்பட, நிறையப் பேர் நின்றிருந்தார்கள். அவர்கள் எல்லாம் பாரதியின் அக்கா மற்றும் அவர்களது குழந்தைகளாக இருக்க வேண்டும் என நினைத்துக் கொண்டான். அம்மா இவனைப் பார்த்தாள். பிறகு தலையைக் குனிந்து கொண்டாள். அவளுக்கு அடையாளம் தெரிந்திருக்காது. திரும்பவும் ஒருமுறை நிமிர்ந்து வாசுவைப் பார்த்தாள். அவள் கண்கள் கலங்கத் தொடங்கியது, தனது கண்ணை அசைத்து அவள்தானா? என்று கேட்பதுபோல வாசுவைப் பார்த்து ஜாடை செய்தாள். வாசு ஆம் என்பதுபோல மெல்லத் தனது தலையை ஆட்டினான். அம்மா சத்தமாகக் குரலெடுத்து அழத் தொடங்கினாள். அதன் அர்த்தம் என்ன என்று பாரதிக்குப் புரியவில்லை. இத்தனை வருடம் கழித்து என்னைப் பார்ப்பதால் அழுகிறாளா? எப்படி மாறி வந்திருக்கா பாரு என்று அழுகிறாளா? ஏன் வந்தாள் என அழுகிறாளா? பாரதிக்கு ஒன்றும் புரியவில்லை. அங்கு உள்ள யாருக்கும்கூட இவள் ஏன் இப்படித் திடீரென அழுகிறாள் என்று புரியவில்லை. எல்லோரும் திரும்பி பாரதியைப் பார்த்தார்கள். பாரதி யாரையும் பார்ப்பதைத் தவிர்த்து, விறுவிறுவென ஐ.சி.யூ.வின் உள்ளே நுழைந்தான்.

ஐ.சி.யூ. உள்ளே டாக்டரிடம் பேசிவிட்டு, அப்பாவின் பெட் முன்னே சென்று நின்றான். அப்பா உறங்கிக் கொண்டிருந்தார். அவரது உடல் கழுத்துவரை போர்த்தப்பட்டிருந்தது. ஆக்ஸிஜன் மாஸ்க் முகத்தில் பொருத்தப்பட்டிந்தது. போர்வைக்குள் இருந்து

நிறைய வயர்கள் இங்கும் அங்குமாக இணைக்கப்பட்டிருந்தது. அப்பவின் இடது கையில் நரம்பூசி வழியாகக் கலர் கலராய் மருந்து சென்று கொண்டிருந்தது. பாரதி அப்பாவின் வலது கையைத் தொட்டான். அவரது உள்ளங்கையில் தனது கையை இணைத்துக் கொண்டான். அதே மென்மை. அதே பெண்மை தோய்ந்த மென்மை. பஞ்சுபோன்ற மிருதுவான உள்ளங்கை. இதுதான் அப்பாவின் அடையாளம். இதுதான் எனக்கும் அப்பாவிற்கும் இடையே உள்ள சொல்லப்படாத அன்பின் அடையாளம். இந்த மென்மையும், கொஞ்சம் பெண்மை கலந்த பாவனையும்தான் என் அப்பா. நான் அப்பாவிடம் விரும்புவது இதைத்தான். ஏனென்றால், இதுதான் என் அப்பா.

பாரதி அழத் தொடங்கினான். அப்பாவின் கண்களிலும் கண்ணீர் கசியத் தொடங்கியது. அவர் பாரதியை உணர்ந்து கொண்டார். அவன் வருகையைத் தெரிந்துகொண்டார். வெறும் தொடுதலை வைத்தே அவர் பாரதியை அடையாளம் கண்டுகொண்டார். பாரதியை உணர்ந்துகொள்ள அவருக்கு இந்தத் தொடுதல் போதுமானதாக இருந்தது. எந்தப் புறத்தோற்றமும் அவருக்குத் தேவைப்படவில்லை. பாரதிக்கும் அப்பாவிற்கும் இடையே இந்தத் தொடுதலையும், அதற்கு இடைப்பட்ட காலத்தையும் தவிர வேறு எதுவும் இல்லை. மெதுவாக அப்பா கண்ணைத் திறந்து பாரதியைப் பார்த்தார். பாரதியின் புற மாறுதல்கள் அவருக்கு எந்த அதிர்ச்சியையும் கொடுக்கவில்லை. மாறாக, பாரதியைப் பார்த்து நிதானமாகச் சிரித்தார். அதன் பின் எத்தனை அர்த்தங்கள், எத்தனை உண்மைகள், எத்தனை சொல்லப்படாத வார்த்தைகள் இருக்கிறது என்பதை பாரதி சுலபாமாகப் புரிந்துகொண்டான். அவனுக்கு எந்த வார்த்தையும், ஆறுதலும், அழுகையும், கதறலும் தேவைப்படவில்லை. பாரதி ஐ.சி.யூ.வை விட்டு அத்தனை நிம்மதியுடன் வெளியே வந்தான். யாரையும் பார்க்காமல், யாருடனும் பேசாமல் வேகமாக வந்து காரில் ஏறிக்கொண்டான். வாசு பின்னாடியே ஓடி வந்து ஏறிக்கொண்டான்.

“என்ன பாரதி, யார்ட்டையும் சொல்லாம வந்துட்ட? அப்பா என்ன சொன்னார்டா?”

“அப்பா என்னைப் புரிஞ்சுக்கிட்டார்டா” என்று சொல்லிவிட்டு தனது செல்போனை ஆன் செய்தான். காவியா ஏராளமான மெசேஜ்களை அனுப்பியிருந்தாள். அதே "Let me explain." பாரதி நிதானமாக ரிப்ளை செய்யத் தொடங்கினான்: "Love doesn't need explanation, it needs understanding. I understand."

கார் அந்த அகலமான சாலையில் அவ்வளவு நிதானமாக சென்றுகொண்டிருந்தது. மழை இப்போது விட்டிருந்தது. திருச்சி மழையில் நனைந்துபோய் அத்தனை ரம்மியமாய் இருந்தது.

அப்போதும் அவன் அங்கு இல்லை

"அம்மா, இனிமே நீ இப்படி அவசரம் அவசரமாய் கிளம்ப வேண்டாம் இல்ல, ஜாலியா வீட்டிலேயே இருக்கலாம். மெதுவா எழுந்து, மெதுவா சமைக்கலாம்" என்றாள் கீதா. கொஞ்சம் நைந்து போயிருந்த துடைப்பத்தை வைத்துத் தரையை பட்டும் படாமல் பெருக்கிக் கொண்டிருந்தாள்.

சரளா அவள் கேள்விக்கு பதில் எதுவும் சொல்லவில்லை. வாணலியில் அரிசி பொன்னிறமாய் மாறிக்கொண்டிருந்தது. அதை உடைந்து விடாதவாறு மெதுவாக வறுத்துக் கொண்டிருந்தாள். வறுத்த அரிசியின் மணம் அந்த வீடு முழுவதும் பரவியது.

மணி ஏழை நெருங்கிக்கொண்டிருந்தது. அரிசியைச் சன்னமாக அரைத்துவிட்டு, சுடு தண்ணியைக் கொஞ்சம் மிதமாகச் சூட்டில் கலந்து விரல் அளவு உப்பை அதில் போட்டு நன்றாகக் கரைத்தாள்.

"என்னமா நான் பாட்டுக்கு கேட்டுட்டு இருக்கேன். நீ பதிலே சொல்ல மாட்டேங்கற" என்று துடைப்பத்தை எடுத்துக்கொண்டு சமையலறைக்கே வந்துவிட்டாள் கீதா.

சரளா அவளைத் திரும்பிப் பார்க்காமலே "ஆமாம். ஜாலிதான்" என்றாள். அவள் குரலில் ஒருவித சலிப்பு தெரிந்தது. மேலும் அவளுக்கு பதில் சொல்ல வேண்டும் என்ற விருப்பமின்மை நன்றாகவே தெரிந்தது.

கீதாவுக்கும் அது புரியாமல் இல்லை. ஆனால் அவளுக்கும் வேறு வழியில்லை. அம்மா அப்படித்தான். அதற்காக அப்படியே விட்டுவிட முடியாது. வரும்போது கணவன் சொல்லித்தான் அனுப்பிவிட்டான். 'உங்க அம்மா ரிட்டையர்ட் பணத்தில பாதி பங்க எப்படியும் கேட்டு வாங்கி வந்துடு. வாங்கிட்டு நீ பொறுமையாவே வீட்டுக்கு வா. அதுவரைப் பசங்களை எல்லாம் நான் பார்த்துக்குறேன்' என்று தெளிவாகவே சொல்லியிருந்தான்.

கீதா மட்டுமல்ல, சரளாவின் ரெண்டாவது பொண்ணு ராதாவும் நேற்று இரவே வந்துவிட்டாள். அவள் இன்னும் தூங்கி எழவில்லை.

மீட்கப்படவேண்டிய தேவசேனாக்கள் ❋ 37

நைட் ரொம்ப நேரம் டி.வி. பார்த்துட்டு லேட்டாதான் தூங்கினாள். எப்படியும் எழுவதற்குப் பத்து மணியாகும்.

“அம்மா, நாங்களும் சாயந்தரம் ஆஸ்பத்திரிக்கு வரவா? ரிட்டையர் மெண்ட்னா ஏதாவது பார்ட்டி வைப்பாங்கதானே, உங்க ஆஸ்பத்திரில.”

“அப்படியெல்லாம் எதுவும் இல்ல. நீங்க வீட்டிலேயே இருங்க” எனச் சொல்லிவிட்டு கஞ்சியை நல்ல இதமான சூட்டில் எடுத்துக் கொண்டு கணவனிடம் சென்றாள்.

அவளது கணவன் ரெண்டு மாதமாக பக்கவாதம் வந்து படுத்த படுக்கையாகக் கிடக்கிறான். சரளாவே அத்தனை சிரத்தையாக அவனைக் கவனித்துக்கொள்கிறாள். அவனது கழிவுகளைச் சுத்தப் படுத்துவதோ அல்லது கழிவுகள் அப்பிய அவனது துணிகளை துவைப்பதோ, அவளுக்கு எந்த முகசுழிப்பையோ அல்லது சிரமத் தையோ தரவில்லை. ஏனென்றால், அவளுக்கு இது ஒன்றும் புதிதல்ல. ஒரு ஸ்டாப் நர்சின் இயல்பான வேலைதான் அது. என்ன இவ்வளவு காலம் ஆஸ்பத்திரியில் அதைச் செய்தாள். இனி வீட்டில் செய்யப் போகிறாள். அவ்வளவுதான் வித்தியாசம். அதைத் தவிர, இந்த ரிட்டையர்மெண்ட் அவளுக்கு வேறு எந்த ஆசுவாசத்தையும் தரப்போவதில்லை.

ரெண்டு பொண்ணுங்களும் எதற்கு வந்திருக்கிறார்கள் என்பதும் அவளுக்குத் தெரியாமல் இல்லை. ஒருத்திக்கு ஊர் முழுக்க கடன். வீட்டுக்காரன் சரியில்லை. பணம் வாங்கிட்டு வாடினு அனுப்பியிருப் பான். இன்னொருத்திக்கு குழந்தை இல்லை. வைத்தியத்துக்கு பணம் வாங்க வந்திருப்பாள். ரிட்டையர்மெண்ட் பணம் வரப்போவது அவர்களுக்குத் தெரியாமல் இருக்குமா என்ன?

பணம் கொடுப்பதில் அவளுக்கு ஒன்றும் பெரிய வருத்தம் இல்லைதான். வருத்தப்பட்டால்கூட என்ன ஆகப் போகுது? எப்படி இருந்த மனுஷன் இவரு. கால், கை வராம ஆஸ்பத்திரில கடந்தப்பகூட ரெண்டு பொண்ணுங்களும் வந்து எட்டிக் கூடப் பார்க்கவில்லை. சரளாவே லீவ் போட்டுட்டுத் தனியாளாக எவ்வளவு சிரமபட்டுப் பார்த்திருப்பா. அப்பல்லாம் வந்து பாக்காம ரிட்டையர்மெண்ட் பார்ட்டிக்கு வர்றாங்களாம். அதுதான் கோபமாக இருந்தது.

கணவனின் கழுத்துக்குக் கீழே தனது இடது கையின் முட்டியை வைத்துத் தூக்கி, மார்பில் சாய்த்துக்கொண்டாள். அவனது வாயில் இருந்து எச்சில் வழிந்துகொண்டிருந்தது. புடவையின் தலைப்பால் அதைத் துடைத்துவிட்டு, எடுத்து வந்திருந்த கஞ்சியைக் கொஞ்சம் கொஞ்சமாய்ப் புகட்டினாள். அவன் அவளது முகத்தையே பார்த்துக்கொண்டிருந்தான். அவனது கண்ணில் இருந்து ரெண்டு சொட்டு கண்ணீர் எட்டிப் பார்த்தது. அவள் இடது கையை இன்னும் சற்று வளைத்து, அதைத் துடைத்து விட்டாள்.

மணி ஏழைத் தாண்டியிருந்தது. சரளா வேக வேகமாக உடையை மாற்றிக்கொண்டு, காலை மதியம் சாப்பாட்டை கீதாவையே செய்யச்

சொல்லிவிட்டு ஸ்கூட்டியில் கிளம்பினாள்.

அந்த மனநல மருத்துவமனையின் பெரிய வாயிலைத் தாண்டி உள்ளே செல்லும்போது, அவள் மனம் கொஞ்சம் லேசாய் மாறியது போல் இருந்தது. வழக்கத்தைவிட வண்டியை இன்னும் மெதுவாக ஓட்டினாள். ஏதோ முதல்முறை அந்த மருத்துவமனைக்கு வருவது போல ஒவ்வொரு இடத்தையும் பொறுமையாகப் பார்த்தாள். சமீபத்தில் வீசிய புயலில் நிறைய மரங்கள் சாய்ந்திருந்தன.

சரளா பதினேழு ஆண்டுகள் இதே ஆஸ்பத்திரியில்தான் வேலை பார்க்கிறாள். இந்த மரங்கள் எல்லாம் அவள் இங்கு சேர்ந்த காலத்துக்கெல்லாம் முந்தைய காலத்து மரங்கள். இத்தனை ஆண்டு கால மரங்கள் இந்த நகரத்தின் வேறு எங்கும்விட இங்கு பாதுகாப்பாய் இருப்பதாய் நினைத்துக்கொண்டிருந்தாள். ஆனால் இந்த பேய் புயல் அவளது நம்பிக்கையைத் தகர்த்துவிட்டுச் சென்றுவிட்டது.

நிறைய மரங்கள் விழுந்தபோதிலும் கூட அந்த மனநல மருத்துவ மனை, மிச்சமிருக்கும் அடர்த்தியான பசுமையான மரங்களால் சூழப்பட்டுத் தனது வனப்பைக் கொஞ்சம்கூட குறைத்துக்கொள்ளாமல் இருந்தது.

கீழே விழுந்த மரங்களில் இருந்து காய்ந்துபோன சருகுகள் தொங்கிக்கொண்டிருந்தன. விதவிதமான பறவைகள் அந்த சருகுகளை தங்கள் அலகுகளால் கொத்திக்கொண்டு மிச்சமிருக்கும் மரங்களின் உயர்ந்த கிளைகளில் தங்களுக்கான வீடுகளைத் தயார்செய்து கொண்டிருந்தன.

சரளா எல்லாவற்றையும் பார்த்துக்கொண்டே டைரக்டர் ஆபிஸ் வாசலில் தனது ஸ்கூட்டியைப் பார்க் செய்துவிட்டு பொறுமையாய் கையெழுத்துப் போட உள்ளே சென்றாள்.

அவளைப் பார்க்கும் எல்லோரும் ரிட்டையர்மெண்ட் வாழ்க்கைக் கான வாழ்த்துகளைத் தெரிவித்துவிட்டுப் போனார்கள். சரளா மென்மையான புன்முறுவலால் அதைக் கனிவுடன் ஏற்றுக்கொண்டாள்.

கடைசி நாள் கவர்மெண்ட் சர்வீஸ் மனநிலை என்பது ஒரு புதிரானது. இத்தனை நாள் ஒரு நாள் லீவுக்காக ஏங்கிய மனம், காலம் தரும் இந்த நிரந்தர லீவை அத்தனை சந்தோஷத்தோடு ஏற்றுக்கொள்வதில்லை. தனக்கான வேலைகள், தன் இருப்பு சார்ந்த நியாயங்கள், அதன் தேவைகள் எல்லாமும் ஒரே நாளில் முடிந்து போவது ஒன்றும் அத்தனை சந்தோஷமானது அல்ல.

இந்த ஆஸ்பத்திரியின் ஒவ்வொரு சுவரும் சரளாவிற்குத் தெரியும். இங்கிருக்கும் அத்தனை நோயாளிகளும் அவளுக்கு நெருங்கிய பழக்கம். இந்த ஆஸ்பத்திரிக்கு வெளியே தன்னிடம் இருந்து பறிக்கப் பட்டதை எல்லாம், இந்த ஆஸ்பத்திரி உள்ளே அவள் பெற்றிருக்கிறாள். இந்த ஆஸ்பத்திரி அவளுக்கு எல்லாமுமாக இருந்திருக்கிறது. நிபந்தனை யற்ற, சுயநலமற்ற அன்பை இந்த ஆஸ்பத்திரியின் சுவரைத் தாண்டி வேறு எங்கும் பெற முடியாது என்பதை சரளா தீர்க்கமாக நம்பினாள்.

அதற்கு அவளிடம் நிறைய காரணங்களும் இருக்கவே செய்தன.

"என்னக்கா கடைசி நாளா" என்ற குரலைக் கேட்டு யோசனையை கலைத்துவிட்டு நிமிர்ந்து பார்த்தாள். புது மேட்ரன் எலிசபெத், புதிய உடையில் ஜொலிப்பாக இருந்தாள்.

"ஆமாம் எலிசபெத், என்ன பிரமோஷன் வந்திடுச்சா ஒரு வழியா?"

"ஆமாக்கா புது டைரக்டர் வந்து எல்லா பெண்டிங் பைலையும் கிளியர் பண்ணச் சொல்லிட்டார். அப்படியே நம்மதும் மூவாயிடுச்சு."

"சந்தோஷம் எலிசபெத். வாழ்த்துகள்."

"தேங்க்ஸ்க்கா. எங்க சாப்பிடவா போறீங்க?"

"இல்ல. வார்ட் 20 போறேன். அங்க லட்சுமிய ரிலீவ் பண்ண இன்னும் யாரும் வரலயாம். நம்ம போய் கொஞ்சம் நேரம் இருந்தா அவ கிளம்புவா பாவம்."

"ஆமாக்கா. அன்புதான் அந்த வார்டு. தினமும் லேட்தான். நீங்க இருந்த வரைக்கும் எல்லாத்தையும் கண்டுக்காம விட்டுட்டீங்க. இனி நான் எல்லாத்தையும் ஒரு பிடி பிடிச்சிர்றேன்" எனச் சொல்லி சிரித்தாள்.

சரளாவும் பதிலுக்குச் சிரித்துவிட்டு 20ஆம் வார்டை நோக்கி நடந்தாள்.

லட்சுமி 20ஆம் நம்பர் வார்டின் வாசலிலேயே நின்றிருந்தாள். சரளாவைப் பார்த்ததும்தான் அவளுக்கு நிம்மதி வந்தது. "சாரி, மேட்ரன் வீட்டில் ஒரு விசேஷம் சீக்கிரம் போகணும் அதுதான். இல்லன்னா வெயிட் பண்ணியே போயிருப்பேன்" என்றாள் குழைவாக.

"பரவாயில்லை லட்சுமி போய்ட்டு வா. அன்பு வர வரைக்கும் நான் பார்த்துக்குறேன்."

லட்சுமி அவசர அவசரமாக உள்ளே சென்று ரிலீவிங் நோட்டை எடுத்து வந்து சரளாவிடம் கையெழுத்து வாங்கிக் கொண்டாள்.

"எவ்வளவு சென்சஸ் லட்சுமி?"

"42 மேட்ரன்."

"ஏதாவது பிராப்ளம் இருக்கா?"

"ஒண்ணும் இல்ல மேட்ரன். எல்லாரும் நல்லா இருக்காங்க."

"சரி, நீ கிளம்பு. நான் பார்த்துக்குறேன்."

"தேங்க் யூ மேட்ரன்" எனச் சொல்லிவிட்டு லட்சுமி விறு விறுவென கிளம்பினாள்.

சரளா நிதானமாக வார்ட் உள்ளே சென்று பார்த்தாள். சுவரெல் லாம் வெள்ளை அடிக்கப்பட்டு பளிச்சென்று இருந்தது. புது டைரக்டர் வந்ததில் இருந்து ஆஸ்பத்திரியில் நிறைய மாற்றங்கள். அத்தனை வார்டுகளும் வெள்ளை அடிக்கப்பட்டு, கழிவறைகள் எல்லாம் சுத்தம் செய்யப்பட்டு, தெரு விளக்குகள் எல்லாம் போடப்பட்டு

என மொத்த மனநல மருத்துவமனையுமே செம்மையாக்கப்பட்டு விட்டது. என்ன இடையில் இந்தப் புயல் வந்துதான் ஒரு பாடு படுத்திவிட்டது என மனதுக்குள் அந்தப் புயலைக் கருறுனாள்.

அதற்குள் அன்பு வந்துவிட்டாள். சரளாவைப் பார்த்ததும் அவளுக்கும் ஒரு நிம்மதி. லட்சுமி என்றால் காய்ச்சி எடுத்து விடுவாள்.

“சாரி மேட்ரன். லேட்டாயிடுச்சி.”

“அதுதான் நீ வர நேரத்திலேயே தெரியுதே” என புன்னகைத்தாள் சரளா.

“மேட்ரன் இன்னைக்குத்தான் ரிட்டையர்மெண்ட் இல்ல. ஆபிஸ்ல சொன்னாங்க. வாழ்த்துகள் மேட்ரன்.”

“ம்ம்ம்... நன்றி! என்ன ஐஸ் வைக்கிறியா?”

“அய்யோ, இல்ல மேட்ரன். இனி எலிசபெத் சிஸ்டர்தான் மேட்ரனாமே? கஷ்டம்தான்.”

“யாரு வந்தா உனக்கென்ன? உன் வேலைய நீ சரியா செஞ்சா யார் வந்தாலும் நீ பயப்பட வேணாம்” எனச் சொல்லிவிட்டு அங்கிருந்து கிளம்பினாள்.

“தேங்க் யூ மேட்ரன்” எனச் சொல்லிவிட்டு அவளும் வார்டுக்குள் சென்றாள்.

சரளா நேராக மேட்ரன் அறைக்குச் சென்று ட்யூட்டி ரிப்போர்ட் எல்லாவற்றையும் சரி பார்த்துவிட்டு, அன்றைக்கு வந்த லீவ் லெட்டர் அத்தனையும் சரி பார்த்துவிட்டு கையெழுத்து போட்டுவிட்டு எழுந்தாள். 10 மணிக்கு ஆபிஸ் போய் டைரக்டரை பார்த்துக் கடைசி நாள் ரிப்போர்ட் கையெழுத்து வாங்க வேண்டும். அப்போது தான் மாலைக்குள் ரிலீவிங் ஆர்டர் வந்து சேரும் என மனதில் நினைத்துக்கொண்டே, அவளது அறைக்குள் நுழைந்தாள். அட்டெண்டர் சாப்பாடு வாங்கி அவளது மேசையில் வைத்திருந்தான்.

மெதுவாக கை கழுவிவிட்டு சாப்பாட்டுப் பொட்டலத்தைத் திறந்தாள். இட்லியும் கொத்தமல்லிச் சட்னியும் இருந்தது. புது கேன்டீன் சாப்பாடு நல்ல மணமாக இருந்தது. ஒரு இட்லியைப் பிட்டு வாயில் போடும்போது, அவளது போன் அடித்தது. இட்லியை அப்படியே வைத்துவிட்டு “ஹலோ” என்றாள்

“மேட்ரன், அன்பு பேசறேன்.”

“ம்ம்... சொல்லி அன்பு.”

“மேட்ரன், இங்க வார்டில் ஒரு பேஷண்ட் இல்ல. டாக்டர் ரவுண்ட்ஸ்லதான் பார்த்தாங்க.”

“அப்படியா! எந்த பேஷண்ட்?”

“வசந்தகுமார்.”

“எப்ப இருந்து இல்லையாம்? காலையில் லட்சுமிகூட ஏதும்

சொல்லலையே?"

"அதுதான் மேட்ரன், நைட்ல இருந்தே இல்லனு பக்கத்து பெட் பேஷண்ட்லாம் சொல்றாங்க. லட்சுமி செக் பண்ணல போல, நீங்களும் ரிலீவிங் நோட்ல 42 பேஷண்ட்னு கையெழுத்து போட்டு இருக்கீங்க."

சரளாவிற்கு பகீரென்றது. ஏதோ விபரீதமாக நடப்பதுபோல இருந்தது. "சரி, நான் அங்க வர்றேன் பார்த்துக்கலாம்" என போனைக் கட் செய்துவிட்டு, இட்லி பொட்டலத்தை அப்படியே மூடி வைத்துவிட்டுக் கிளம்பினாள்.

வாழ்க்கையில் கல்யாணத்திற்கு முதல் நாளும் கவர்மெண்ட் சர்வீஸில் கடைசி நாளும் ரொம்ப ஜாக்கிரதையாக இருக்க வேண்டும் எனச் சொல்வார்கள். என்ன வேண்டுமானாலும் நடக்கலாம். சரளா முப்பத்தைந்து வருட சர்வீஸில் இருக்கிறாள். இந்த ஆஸ்பத்திரியில் மட்டும் பதினேழு வருடம். ஒரு களங்கம் கூட கிடையாது. அவ்வளவு பொறுமையாய் நிதானமாய் ஒவ்வொரு விஷயத்தையும் பார்த்துப் பார்த்துச் செய்வாள். இன்று இது எதிர்பார்க்காதது.

லட்சுமியின் தவறுதான். ஆனால், அவளை நம்பியிருக்க கூடாது தானும் ஒரு முறை செக் செய்து பார்த்திருக்க வேண்டும் என யோசித்துக்கொண்டே வார்ட் வந்து சேர்ந்தாள்.

கோமதி டாக்டர் கொஞ்சம் கோபமாகத்தான் இருந்தாள். சரளா வந்தவுடன் "என்ன மேட்ரன் நீங்க கூட பார்க்கலையா?" என்றாள் கோபமாக.

சரளாவிடம் அந்தக் கேள்விக்கு பதில் இல்லை. 'நீங்க கூட' என்பது அவளுக்கு அவ்வளவு உறுத்தலாக இருந்தது. அது வெறும் வார்த்தையல்ல. இந்தப் பதினேழு வருடம் அவள் சம்பாதித்த நம்பிக்கை. இப்படியொரு சந்தர்ப்பத்தில், இப்படியொரு கேள்வியை அவளால் நிச்சயமாக எதிர்கொள்ள முடியவில்லை. ஒருமாதிரி சங்கடமாய் நெளிந்தாள்.

"அன்பு, அப்ஸ்காண்ட் ரிப்போர்ட் ரெடி பண்ணுங்க சைன் பண்றேன். போலீஸ் அவுட் போஸ்ட்க்கு அனுப்பிடுங்க."

"டாக்டர், கொஞ்சம் வெயிட் பண்ணலாம் டாக்டர். இங்கேயே தேடிப் பார்க்கலாம். இங்கதான் எங்காவது இருப்பார் டாக்டர்." அன்பு அவளிடம் அவ்வளவு பணிவாகக் கேட்டாள்.

"அப்படியெல்லாம் பண்ண முடியாது அன்பு. அவங்க ரிலேட்டிவ்லாம் கொஞ்சம் பிரச்சினைக்குரிய ஆளுங்க. அதுவும் இல்லாமல் வசந்தகுமார் நல்லா இருக்க பேஷண்ட். சிம்டம்லாம் கூட ஏதும் இல்ல அவருக்கு."

சரளாவும் "அன்பு, டாக்டர் சொல்றதுதான் சரி. நீ உடனே ரெடி பண்ணு. இப்போதைக்கு நமக்கு பேஷண்ட்தான் முக்கியம்.

போலீஸ்ல ரிப்போர்ட் பண்ணா அவங்க தேடவாவது செய்வாங்க” என்றாள்.

“சரி சிஸ்டர் நீங்க ரிப்போர்ட் ரெடி பண்ணிட்டு வாங்க, நான் டைரக்டர்கிட்ட போய் ரிப்போர்ட் பண்றேன். முதல்ல அப்படியே பேஷண்ட் ரிலேட்டிவ் கிட்டயும் இன்ஃபார்ம் பண்ணனும்” என்று சொல்லிவிட்டு கோமதி அங்கிருந்து கிளம்பினாள்.

அன்பு சரளாவைப் பரிதாபமாகப் பார்த்தாள். “சாரி மேட்ரன், என்னாலதான் உங்களுக்கு இந்தப் பிரச்சினை இல்ல?”

“அப்படியெல்லாம் இல்ல அன்பு. நான்தான் கொஞ்சம் கவனமாக இருந்திருக்கணும்” எனச் சொல்லிவிட்டு அவளும் டைரக்டர் ஆபிஸ் கிளம்பினாள்.

வசந்தகுமார் சரளாவிற்கு நன்றாகத் தெரிந்த பேஷண்ட்தான். சில சமயங்களில் சரளாவிடம் வீட்டில் சமைத்து வரச் சொல்லி எல்லாம் சாப்பிட்டு இருக்கிறான். அவன் இங்கு வந்து ஐந்து வருடங்கள் ஆகிறது. வரும்போது அப்படியொன்றும் பெரிய மன நோயெல்லாம் இல்லை. ஒரு மாத வைத்தியத்திலேயே முற்றிலுமாக குணமாகிவிட்டான். ஆனால் அதன்பின் அவன் வீட்டில் இருந்து யாரும் வந்து கூட்டிச் செல்வதாய் இல்லை. மூன்று மாதத்திற்கு ஒருமுறை தவறாமல் அவன் வீட்டிற்கு கடிதம் அனுப்பப்படுகிறது. ‘குணமடைந்து விட்டான் வந்து கூட்டிச் செல்லுங்கள்’ என. ஆனால், ஒரு பதிலும் இல்லை. யாரும் வரவும் இல்லை. போன் நம்பரும் போகவில்லை. ஏதோ தவறான நம்பரை கொடுத்துவிட்டுப் போய் விட்டார்கள்.

வசந்தகுமாரும் இங்கிருந்து எப்படியாவது போக வேண்டும் என நினைத்துக்கொண்டிருந்தான். அவனுக்கும் வாழ்க்கையைப் பற்றி நிறையக் கனவுகள் இருந்தன. கடைசியாக சரளாவைப் பார்த்த போதுகூட “என்ன சிஸ்டர், என்ன இங்கேயே நிரந்தரமாக வைத்துக் கொள்ள போகிறீர்களா?” என்று கேட்டான். அவளால் தான் என்ன செய்ய முடியும்? யாரேனும் அவனுடைய சொந்தம் என்று வந்து ‘நான் இவனை கவனித்துக்கொள்கிறேன்’ என்று எழுதிக் கொடுத்தால் மட்டுமே இந்த மருத்துவமனை நிர்வாகம் அவனை டிஸ்சார்ஜ் செய்யும். ஆனால், அப்படி யாருமே வரவில்லையே. இவனை வீட்டிற்குள் வைத்திருப்பது சமூகத்தில் அவர்களுக்கு அசிங்கம் என நினைத்திருக்கலாம். அதனால் நிரந்தரமாக இங்கேயே இவனை அனுப்பிவிடலாம் என, அவர்கள் நினைத்திருக்கக்கூடும் என யோசித்துக்கொண்டே டைரக்டர் ஆபீஸ் வந்து சேர்ந்தாள்.

டைரக்டர் முன்பே வந்திருந்தார். கோமதி டாக்டரும் டைரக்டரும் மட்டும் அங்கிருந்தனர். கோமதி சரளா வந்ததைக் கண்டுகொள்ளவே இல்லை. டைரக்டர் மட்டும் நிமிர்ந்து பார்த்து “வாங்க மேட்ரன் வந்து உட்காருங்க” என்றார்.

டைரக்டர் முகத்தில் எந்தப் பதட்டமோ, கடுகடுப்போ அல்லது

கோபமோ இல்லை. அவ்வளவு நிதானமாக இருந்தார். சரளாவிற்கு அது நிம்மதியாக இருந்தது. டைரக்டரும் "என்ன மேட்ரன் நீங்க கூடவா" என கேட்டுவிடுவாரோ என பயந்திருந்தாள்.

"நீங்க ஏன் மேட்ரன் கடைசி நாள் அதுவுமா வார்ட் டூட்டி எல்லாம் எடுக்கிறீங்க" என்று மட்டும் கேட்டார்.

"இல்ல சார், லட்சுமி சீக்கிரம் போகணும்னு சொன்னா அதுதான்" என்று இழுத்தாள்.

"ரிலேட்டிவ்க்கு இன்ஃபார்ம் பண்ணியாச்சா" என்றார் கோமதியைப் பார்த்து.

"ம்ம்... பண்ணியாச்சு சார். சென்னைதான் அவங்க ஒரு மணி நேரத்தில் வந்துடுவாங்க."

"ஒரு மணி நேரத்தில் வரக்கூடிய தூரத்தில் இருந்துட்டு ஒருமுறை கூட பேஷண்ட்ட வந்து பார்க்கல இல்ல? டிஸ்சார்ஜ் பண்ணாலும் கூட்டிட்டுப் போக மாட்டாங்க. நல்லா இருக்க ஒருத்தர் இங்க எப்படி இருப்பார்? எப்படியாவது தப்பிச்சுப் போகணும்னுதான் பார்ப்பார்."

கோமதி "ஆம்" என கடமைக்குத் தலையாட்டினாள். அவளுக்கு டைரக்டர் சொல்வதில் உடன்பாடு கிடையாது. 'எத்தனை பேர் இருந்தாலும் அவர்களை நாம்தான் பத்திரமாகப் பார்த்துக் கொள்ள வேண்டும். நமது அலட்சியத்தை நாம் மற்றவர்கள் மீது திசை திருப்பக்கூடாது' என மனதில் நினைத்தாள்.

"ஓ.கே. மேட்ரன், வார்டர் அட்டெண்டர் எல்லாரையும் வைத்துக்கொண்டு தேடச் சொல்லுங்க. பேஷண்ட் ரிலேட்டிவ்ஸ் வரட்டும், அப்புறம் பார்க்கலாம். நீங்க இப்ப கிளம்புங்க" என்றார் டைரக்டர்.

சரளாவும் அங்கிருந்து கிளம்பிப் பேஷண்டைத் தேடுவதற்கான வேலைகளைப் பார்க்கத் தொடங்கினாள். இவ்வளவு பெரிய மருத்துவமனையில் ஒரு பேஷண்டைத் தேடுவது ஒன்றும் அவ்வளவு சுலபமானது அல்ல. அது சரளாவிற்கும் தெரியும். அதற்கு முன் பேஷண்ட் உள்ளேதான் இருக்கிறாரா அல்லது வெளியே சென்றுவிட்டாரா என்பது தெரிய வேண்டும். மெயின் கேட்டில் உள்ள செக்யூரிட்டிகளிடம் விசாரிக்க வேண்டும். நேற்று இரவு டூட்டி பார்த்த செக்யூரிட்டிகளை உடனடியாக வரச் சொல்ல வேண்டும். மேலும் பக்கத்து பெட்டில் உள்ள மற்ற பேஷண்டுகளை விசாரிக்க வேண்டும். கடைசியாக யாரிடம் வசந்தகுமார் பேசிக்கொண்டிருந்தார் அல்லது யார் அவரைக் கடைசியாகப் பார்த்தது என்பதை விசாரிக்க வேண்டும். அதற்கு லட்சுமியை வரச் சொல்ல வேண்டும். லட்சுமி வீட்டில் ஏதோ விசேஷம் எனச் சொன்னாள். வருவாளா என்று தெரியவில்லை என அனைத்தையும் யோசித்துக்கொண்டே மேட்ரன் ஆபீஸ் வந்து

சேர்ந்தாள்.

எலிசபெத் பரபரப்பாக இருந்தாள். நாலைந்து ஸ்டாப் நர்ஸ்களைக் கூப்பிட்டு நிற்க வைத்துத் திட்டிக்கொண்டிருந்தாள். சரளாவைப் பார்த்ததும் “என்னக்கா கடைசி நாள் அதுவும் போய் இப்படி மாட்டிகிட்டீங்களே ரிட்டையர்மெண்ட்ல ஏதாவது பிரச்சினை ஆச்சுனா என்ன பண்றது” என வருத்தப்பட்டாள். அதாவது வருத்தப்படும் சாக்கில் இத்தனை வருட சரளாவின் அணுகுமுறையை உதாசீனப்படுத்திக்கொண்டிருந்தாள்.

ஒரேகணம், ஒரே ஒரு சிறிய தவறு அவளது மொத்த சர்வீஸையும் அதன் தொடர்பாக ஒருவர் கொண்டிருந்த அணுகுமுறைகளையும் நம்பிக்கைகளையும் உதாசீனப்படுத்துவதற்குப் போதுமானதாக இருக்கிறது.

“சரி விடுங்கக்கா, நான் பார்த்துக்குறேன். எல்லா இடத்திலேயும் தேடச் சொல்லியிருக்கேன். பார்த்துக்கலாம். டைரக்டரும் நமக்கு சப்போர்ட்டாதான் இருப்பார்.”

சரளா சரியென்று தலையாட்டிவிட்டு “நைட் டூட்டி செக்யூரிட்டிகளை வரச் சொல்லுங்க எலிசபெத், விசாரிச்சுப் பார்ப்போம். அப்படியே முடிஞ்சா லட்சுமிய வர முடியுமானு கேட்கச் சொல்லுங்க.”

“அவகிட்ட என்ன வர முடியுமானு கேட்கிறது, கழுதை அதாலதான் எல்லாப் பிரச்சினையும். மெமோ கொடுத்துடுவேன்னு சொல்லி, வரச் சொல்றேன்” என்றாள் எலிசபெத்.

எலிசபெத்திடம் இப்போது எதுவும் சொல்ல முடியாது. அவளின் இந்த அணுகுமுறைதான் சரிப்படும். அதுவே இப்படிப்பட்ட சிக்கல்களைக் கொண்டு வராது என அவள் தீவிரமாக நம்பிக்கொண்டிருக்கிறாள். எலிசபெத்தின் அணுகுமுறை என்பது பிரச்சினையே வரக்கூடாது என்பதற்காக அல்ல. எந்த பிரச்சினையிலும் தான் சிக்கிக்கொள்ள கூடாது என்பதே முக்கியமானது.

எல்லோரையும் வரச் சொல்லி விசாரித்துக்கொண்டிருந்தார்கள். யாருக்கும் தெரியவில்லை. லட்சுமி தான் டூட்டிக்கு வந்ததில் இருந்தே அவனைப் பார்க்கவில்லை என்றாள். அப்படியென்றால் அவன் எப்போது அந்த வார்டில் இருந்து கிளம்பியிருப்பான்? எங்கு சென்றிருப்பான்?

பேஷண்ட்டுடைய உறவினர்கள் சில பேர் வந்துவிட்டதாக சரளாவை டைரக்டர் ஆபீசில் கூப்பிட்டார்கள். சரளா எலிசபெத்தையும் கூட்டிக்கொண்டு சென்றாள்.

இரண்டு விலை உயர்ந்த கார்கள் டைரக்டர் ஆபீஸ் முன் நின்றிருந்தது. பேஷண்டின் உறவினர்களுடைய கார்களாக இருக்கக் கூடும். சரளாவும் எலிசபெத்தும் வேக வேகமாக டைரக்டர் ரூம் உள்ளே சென்றார்கள்.

“காணாப்போய்ட்டார்னா எப்ப சார்? நைட்டா? காலையிலா? இல்ல கொஞ்ச நாள் முன்னாடியா?” என ஒருவர் வேகமாக கத்திக்கொண்டிருந்தார். இன்னொரு பெண் “உங்கள நம்பித்தானே இங்க விட்டுட்டு நிம்மதியா இருக்கோம். இப்படி பொறுப்பு இல்லாம நடந்துக்கிறீங்க” என தனியாகக் கத்திகொண்டிருந்தாள். கோமதி யாரோ ஒரு வயதான ஆளிடம் பொறுமையாக ஏதோ சொல்லிக்கொண்டிருந்தாள். அந்த அறையே ஒரே இரைச்சலாக இருந்தது. டைரக்டர் யாருக்குப் பதில் சொல்வது என்று தெரியாமல், ‘அமைதியாக இருங்கள்’ என எல்லோரையும் பார்த்துச் சொல்லிக்கொண்டிருந்தார்.

சரளாவும் எலிசபெத்தும் ஒரு ஓரமாகப் போய் நின்று கொண்டார்கள். எல்லோரும் கத்தி முடித்து ஓரளவுக்கு அமைதியாக இருக்கும்போது டைரக்டர் ஆரம்பித்தார்: “ஆறு மாதம் முன்னாடி, மூன்று மாதம் முன்னாடி, ஒரு மாதம் முன்னாடி என மூன்று முறை உங்கள் பேஷண்ட் குணமாகிவிட்டார் வந்து அழைத்துச் செல்லுங்கள் என கடிதம் அனுப்பினோம். ஏன் அப்போது எல்லாம் நீங்கள் வரவில்லை? இன்னைக்கு கால் செய்த அதே நம்பருக்குத்தான், இத்தனை நாளாக கால் செய்து கொண்டிருக்கிறோம். நீங்கள் ஒருமுறை கூட எடுக்கவில்லை. இன்னைக்குப் பேஷண்ட் அப்ஸ்காண்ட்னு ஒரே ஒரு மெசேஜ்க்கே, இத்தனை பேர் வர முடிகிற உங்களால் ஏன் இத்தனை நாள் வந்து பார்க்க முடியவில்லை” என்றார் பொறுமையாக.

“அதெல்லாம் நீங்க ஏன் சார் கேட்கறீங்க? அது எங்க இஷ்டம். இது என்ன உங்க வீட்டு ஆஸ்பத்திரியா? பைத்தியக்கார ஆஸ்பத்திரிதானே. இவங்கள எல்லாம் வீட்ல வச்சிக்க முடியாதுனு தானே அரசாங்கம் இந்த ஆஸ்பத்திரியக் கட்டி வச்சிருக்கு. நாங்க எதுக்குக் கூட்டிப் போகணும்? உங்க பையனுக்கு பைத்தியம் பிடிச்சாதான் தெரியும். வீட்ல வச்சிக்கிட்டா என்ன என்ன பிரச்சினை வரும்னு” என அந்தப் பெண்மணி டைரக்டரைப் பார்த்துக் கத்தினாள்.

“மனநிலை சரியில்லாதவங்கள, நாங்க குணப்படுத்தறோம், அவங்க நல்லா ஆகிட்டாங்கன்னா, அவங்க நம்ம மாதிரியே நார்மலா ஆகிடுவாங்க. அவங்களால இங்க இருக்க முடியாது. அவங்களத் திரும்பவும் அவங்களோட சமூகத்தோடு தொடர்புபடுத்த வேண்டியது, உங்கள மாதிரி குடும்பத்தில் உள்ளவங்க செய்ய வேண்டியது. ஆஸ்பத்திரில நோய மட்டும் சரி பண்றோம். அதத் தாண்டி நிறைய இருக்கு. சக மனிதர்களோட அன்பும் பரிவும் அவர்களுக்குத் தேவைப்படும். அத ஆஸ்பத்திரி எப்படிக் கொடுக்கும்? வாழ்க்கையைப் பற்றிய அவர்களுக்கும் கனவுகளும் ஆசைகளும் இருக்கும். அத இந்தப் பெரிய கேட்டுக்குள்ளேயே எத்தனை நாள் அடைச்சி வைப்பது? அது கஷ்டம் இல்லையா? முதலில் அது நியாயமா?” என்றார் டைரக்டர் பொறுமையாக.

“நியாயத்தைப் பத்தி நீங்க பேசாதீங்க சார். ஒரு பேஷண்ட ஒழுங்கா பத்திரமா பார்த்துக்க முடியல. நீங்க நியாயத்தப் பத்தி எங்களுக்குக் கிளாஸ் எடுக்கிறீங்க. சரி சார், நாங்க எங்க பேஷண்ட கூட்டிட்டுப் போறோம் அனுப்பி வைங்க எங்ககூட. முடியுமா உங்களால இப்ப? இப்ப நாங்க போறோம். இன்னும் ஒரு மணி நேரத்தில் வருவோம். பேஷண்ட்ட ரெடி பண்ணி வைங்க நாங்க கூட்டிட்டுப் போறோம். அப்படி பேஷண்ட் இல்ல அவ்வளவுதான் உங்கள எல்லாத்தையும் ஒரு வழி பண்ணிடுவோம். மினிஸ்டர் எல்லாம் எங்ககிட்ட இருக்காங்க தெரியும்ல” என கிட்டத்தட்ட மிரட்டும் தொனியில் சொல்லிவிட்டு எல்லோரும் அங்கிருந்து சென்றார்கள்.

சரளாவிற்கு பதட்டம் அதிகமானது. எல்லோரும் போன பிறகு டைரக்டரைச் சென்று தனியாகப் பார்த்தாள். டைரக்டர் கொஞ்சம் வருத்தமாகத்தான் இருந்தார் “சாரி மேட்ரன், பேஷண்ட் கிடைக்கலேன்னா எனக்கு வேறு வழியில்லை. உங்க மேல நடவடிக்கை தான் எடுத்தாகணும். இது ஏதோ காம்ப்ளிகேட் ஆகும்னுதான் எனக்குத் தோணுது.”

“அது பரவாயில்லை சார் பார்த்துக்கலாம். உங்களுக்குப் பிரச்சினை ஆய்டுச்சேன்னுதான் கவலைப்படறேன்.”

“எனக்கு என்ன பெரிய பிரச்சினை? கடைசி நாள் சர்வீஸ்ல இதுபோல மாட்டிகிட்டா என்ன ஆகும்னு உங்களுக்குத் தெரியும்தானே? இவ்வளவு காலம் நீங்க சேமிச்ச எந்தப் பணமும் வராது. பென்ஷனும் வராது. அதுதான் மேட்ரான் பெரிய பிரச்சினை. நான் அதுக்குத்தான் வருத்தப்படறேன்.”

“எனக்கு எல்லாம் தெரியும் சார். பார்த்துக்கலாம் சார். நான் சமாளிச்சிக்கிறேன். இந்த ஆஸ்பத்திரி எனக்கு எந்த கெடுதலையும் இதுவரை பண்ணியது இல்லை. அது என்னைக் கைவிடாதுனு எனக்கு நம்பிக்கை இருக்கு சார்” என சொல்லிவிட்டு அங்கிருந்து கிளம்பினாள்.

டைரக்டர் ஆபீஸில் இருந்து வெளியே வந்து நடந்தாள். மதிய வெயில் முழுவதுமாக அவள்மீது இறங்கியது. அந்த வெப்பமும், மன உளைச்சலும், காலையில் இருந்து எதுவும் சாப்பிடாததும் சேர்ந்து அவளுக்கு மயக்கம் வருவதுபோல இருந்தது.

போன் அடித்தது. எடுத்தாள். ரெண்டாவது பெண் ராதா பேசினாள்: “அம்மா அவரு போன் பண்ணினார். பணம் எப்பக் கிடைக்கும்னு கேட்கச் சொன்னார். உடனே கிடைக்கும்னா ட்ரீட்மெண்ட் ஆரம்பிச்சிடலாம்னு சொன்னார்” என்றாள்.

சரளா ஒரு கணம் அமைதியாக இருந்தாள். “வீட்டுக்கு வர்றேன். வந்து பேசிக்கலாம்” எனச் சொல்லிவிட்டுப் போனைக் கட் செய்தாள். சரளா மனம் முழுக்க அவ்வளவு தனியாக உணர்ந்தாள்.

வெயில் இன்னும் உக்கிரமாகக் கொதிக்கத் தொடங்கியது. மெல்ல

மெல்ல நடந்து மேட்ரன் ஆபீஸ் வந்து சேர்ந்தாள். யாரும் இல்லை. அவ்வளவு அமைதியாக இருந்தது. தண்ணீரை எடுத்துக் குடித்தாள். கொஞ்சம் தேவலாம் போல் இருந்தது. பேனை வேகமாக வைத்துவிட்டு அந்த நாற்காலியில் சாய்ந்தாள். அதற்குள் போன் அடித்தது. எலிசபெத் கால் செய்திருந்தாள். "க்கா, பேஷண்ட் கிடைச்சாச்சு. சீக்கிரம் வார்ட் 20 வாங்க" என்றாள். அவள் குரலில் அத்தனை சந்தோஷம் இருந்தது.

சரளாவிற்கு ஒரே நொடியில் அத்தனையும் சரியாகிவிட்டது போல் இருந்தது. நம் மனம்தான் எவ்வளவு ஆச்சரியமானது. அது சோர்வாகிவிட்டால் உடலில் உள்ள அத்தனை செயல்களையும் முடக்கிப்போட்டு விடுகிறது. அதுவே மனம் சந்தோஷமாக இருந்தால், உடலில் என்ன பிரச்சினை இருந்தாலும் அத்தனையும் கலைந்து ஒரு புத்துணர்ச்சி வந்துவிடுகிறது.

சரளா வேகவேகமாக வார்டுக்குச் சென்றாள். அங்கு ஒரு கட்டிலில் வசந்தகுமார் தலையைக் குனிந்தபடியே உட்கார்ந்திருந்தான். எலிசபெத் அவனைக் கடுமையாக திட்டிக் கொண்டிருந்தாள். சரளா அவளை அமைதியாக இருக்கச் சொல்லிவிட்டு அவனருகில் சென்று, அவனின் தலையைக் கோதினாள். அவன் நிமிர்ந்து பார்த்தான். "சிஸ்டர் நேத்து சாயங்காலம் 10ஆவது வார்டுகிட்ட ஒரு காலி கிணறு இருக்குல்ல, அதில் இறங்கி பார்க்கலாம்னு இறங்கினேன். கடைசி வரை இறங்கிட்டேன். ஆனா ஏற முடியல சிஸ்டர். நைட் முழுக்க உள்ள இருந்து கத்திட்டே இருந்தேன். யாரும் வரல. இப்பத்தான் வந்து பார்த்தாங்க. சாரி சிஸ்டர், இனி மேல் இப்படி சொல்லாமப் போக மாட்டேன்" என்றான். சரளா அவனது தலையைத் தன் மார்போடு அணைத்துக்கொண்டாள்.

"உங்க அண்ணன், அண்ணி எல்லாம் வந்தாங்க. உன்னக் கூட்டிட்டுப் போய்டறதா சொல்லியிருக்காங்க தெரியுமா" என்றாள் அன்பு.

"அப்படியா சிஸ்டர். அப்ப நான் கிளம்பப் போறேனா இங்கிருந்து. அப்படினா நான் போய் ரெடியாகிறேன்."

"சரி போய் ரெடியாகு" எனச் சொல்லிவிட்டு, சரளா டைரக்டர் ஆபீஸுக்குக் கிளம்பினாள்.

டைரக்டர் சந்தோஷமாக இருந்தார். "ரிலேட்டிவ்ஸுக்கு இன்ஃபார்ம் பண்ணியாச்சு. உங்க பேஷண்ட் இங்கதான் இருக்காரு, வந்து கூட்டிட்டுப் போங்கனு சொல்லியாச்சு. வரட்டும் ஒரு பிடி பிடிக்கறேன்" என்றார்.

சரளா அவரைக் கேலியாகப் பார்த்தாள். "பேஷண்ட் கிடைச்சாச்சுனு சொன்னதுக்கு அப்புறமும், அவங்க இங்க வருவாங்க, வந்து பேஷண்டக் கூட்டிட்டுப் போவாங்கனு நீங்க நினைக்கிறீங்களா சார்" என்றாள்.

"ஆமாம். அவ்வளவு பேசுனாங்கல்ல, வருவாங்க. வந்து கூட்டிட்டுப் போவாங்க" என்றார்.

சரளா மெலிதாகச் சிரித்துவிட்டு, "என்னோட ரிலீவிங் ரிப்போர்ட் ரெடி பண்ணியிருக்கேன். நீங்க கையெழுத்துப் போட்டீங்கனா, சாயந்தரத்துக்குள்ள எனக்கு ஆர்டர் வந்துடும்" என அவரிடம் நீட்டினாள்.

"ஹாப்பி ரிடையர்மெண்ட் லைப் மேட்ரன்" எனச் சொல்லிவிட்டு அதில் கையெழுத்திட்டார்.

அவருக்கு நன்றி சொல்லிவிட்டு, சரளா அங்கிருந்து கிளம்பினாள். மேட்ரன் ஆபீசில் மிச்சமிருக்கும் தனது அலுவல்களைப் பார்க்கத் தொடங்கினாள்.

வசந்தகுமார் அதற்குள் குளித்து முடித்துவிட்டு, அந்த வார்டின் வராண்டாவில் வந்து உட்கார்ந்துகொண்டு மெயின் கேட்டையே ஏதாவது கார் வருகிறதா என பார்த்துக்கொண்டிருந்தான். எந்தக் காரும் வருவதற்கான, எந்த அறிகுறியும் அங்கு இல்லை. அது எப்போதும் இருக்கப்போவதும் இல்லை. அது அவனுக்குத் தெரியப்போவதும் இல்லை.

ஆண்மை தவறேல்

"டிங் டிங்."

வாட்ஸப்பில் ஏதோ தகவல் விழுந்த சத்தம் கேட்டு, மெதுவாக ரஞ்சன் கண் விழித்தான். போர்வையைக் கண்கள் வரை இறக்கி செல்போனை எடுத்து மணியைப் பார்த்தான்.

மணி 07.35 எனக் காட்டியது, செல்போனை போர்வைக்குள் இழுத்துக்கொண்டு போர்வையைத் தலை வரைப் போர்த்திக் கொண்டான். போர்வையினுள் செல்போன் வெளிச்சம் நிரம்பத் தொடங்கியது. மெதுவாக வாட்ஸப்பைத் திறந்தான். ஆம், ரேணுதான் அனுப்பியிருந்தாள். "குட் மார்னிங்."

ஒரு குட் மார்னிங் என்கின்ற வார்த்தை அத்தனை பரவசமூட்டக் கூடியது என்பது அவனுக்கு நேற்றுவரை தெரியாது. அதிகாலையின் மெல்லிய குளிரும், போர்வையின் அந்தக் கதகதப்பும், செல்போன் வெளிச்சமும், ரேணுவின் பெயரும், அவளின் குறுஞ்செய்தி வழியே வழிந்துகொண்டிருந்த அன்பின் நீட்சியும் என அத்தனையும் சேர்ந்ததினால் வந்த உணர்ச்சித் ததும்பலில் அவனுக்கு அந்த நாள் அத்தனை அழகாக விடிந்து கொண்டிருந்தது போலப்பட்டது.

தன் வாழ்நாளில் மிச்சமிருக்கும் எல்லா காலையும் இப்படி ஒரு அழகான காலையாக இருக்க வேண்டும் என நினைத்துக் கொண்டான். எழுந்துகொள்ள மனமில்லாமல் போர்வையை இன்னும் நன்றாக உடலைச் சுற்றிப் போர்த்திக்கொண்டான்.

"Will meet in Canteen at 11" ரேணுவின் அடுத்த செய்தி வந்து விழுந்தது.

"waiting" என பதில் தகவல் அனுப்பிவிட்டு, போர்வையை உதறிவிட்டு எழுந்தான். சற்று நேரம் அவள் அனுப்பிய தகவலையே பார்த்துக்கொண்டிருந்தான். அந்தக் கணம் அகலாமல் அப்படியே உறைந்துவிட்டது போல இருந்தது. வாட்ஸப்பில் அவள் வைத்திருந்த அவளுடைய புகைப்படத்தைத் திறந்து பார்த்தான். ரேணு அதில் அவ்வளவு அழகாகச் சிரித்துக்கொண்டிருந்தாள். எனக்கே எனக்கான சிரிப்பு. அவளது ஒட்டு மொத்த சந்தோஷத்தையும் அவள் எனக்காகவே

சேமித்து வைத்திருக்கிறாளோ என நினைத்தான். அந்த நினைப்பே அவனுக்கு அத்தனை கிளர்ச்சியாக இருந்தது.

கட்டிலில் இருந்து எழுந்து போர்வையை உதறி மடிக்கப் போனான். போர்வையின் மத்தியில் ஏதோ ஈரமாக இருந்தது. ஒரு வித பயத்துடன் அந்த இடத்தைத் தொட்டுப் பார்த்தான். பிசுபிசுப்பாக இருந்தது. அவன் அணிந்திருந்த அந்த வெள்ளை நிற ஷார்ட்ஸைப் பார்த்தான். ஆம், ஈரமாக இருந்தது.

அவனுக்குப் பதட்டமாக இருந்தது. இது தொடர்ச்சியாகப் பத்தாவது நாள். “இரவில் ஆண்மை கழிதல் உடல்நலத்திற்குக் கேடு” என்று நேற்று ஒரு நாளிதழில் ஏதோ ஒரு பக்கத்தில் வந்திருந்த அந்த விளம்பரம் அவனுக்கு நினைவுக்கு வந்தது.

ஏதாவது பிரச்சினையாக இருக்குமோ என நினைத்தான். அந்த நினைப்பே அவனுக்கு அச்சமூட்டக்கூடியதாக இருந்தது. அந்த காலையின் ஏகாந்த நினைவுகள் அத்தனையும் வடியத் தொடங்கி இப்போது அவனிடம் பதட்டமும், ஒரு வித அருவருப்பும் மட்டுமே மிச்சமிருந்தது.

வேகவேகமாக குளியலைறைக்குச் சென்று சுத்தமாகக் குளித்துவிட்டு வந்தான். இப்போது அந்த அருவருப்பு குறைந்திருந்தது. ஆனால், அந்த விளம்பரம் திரும்பத் திரும்ப அவனுக்கு நினைவுக்கு வந்துகொண்டேயிருந்தது.

அடர் நீலநிறச் சட்டையும், ஒரு கருப்பு நிற பேண்ட்டும் அணிந்து கொண்டான். நீலம் ரேணுவிற்குப் பிடித்த நிறம். அதுவும் அடர் நீலம். நீலத்தை அவள் விடுதலையின் நிறம் என்பாள். ரேணுவும் ஒரு விடுபட்ட பறவை போலத்தான். அவளுக்கான உலகில் அவள் தனிமையாக அத்தனை சுதந்திரமாகப் பறக்க வேண்டும் என நினைப்பவள். அவளுக்கென்று எந்தவித போலி கற்பிதங்களும் கிடையாது. இப்போது அவளது உலகில் அவளோடு நானும் ஒரு பறவையாகப் பறக்கப் போகிறேன் என நினைத்துக் கொண்டான். அவன்மீது அவனுக்கே கொஞ்சம் கர்வமாக இருந்தது.

கேன்டீனின் வெளியே இருந்த அந்த அகலமான கல் பெஞ்சில் ரேணு அமர்ந்திருந்தாள். ஒரு புங்கை மரம் தனது ஒட்டுமொத்த நிழலையும் அவள்மீது பரப்பியிருந்தது. அவளது கேசம் காற்றில் அசைந்துகொண்டிருந்தது. கேன்டீனுக்கு வந்து செல்பவர்கள் யாரையும் கவனிக்காமல், அவள் கையில் இருந்த ஒரு புத்தகத்தைப் படித்துக் கொண்டிருந்தாள்.

ரஞ்சன் தூரத்தில் வரும்போதே அவளைக் கவனித்துவிட்டான். அருகே வரும் வரை அவள் அந்த புத்தகத்திலேயே மூழ்கியிருந்தாள். மெதுவாக வந்து அவள் அருகில் அந்த பெஞ்சில் அமர்ந்துகொண்டு அவனும் அந்தப் புத்தகத்தைப் படிப்பதுபோல எட்டிப் பார்த்தான்.

ரேணு அவன் வந்ததை தெரிந்துகொண்டாள். இருந்தும் அதைக் காட்டிக்கொள்ளாமல் அவனே கூப்பிடட்டும் என இன்னும்

தீவிரமாகப் படிப்பதுபோல பாவனை செய்தாள்.

"என்ன தம்பி காலையிலேயே இந்தப் பக்கம்" என கேன்டீனில் இருந்து வெளியே போன அவனது நண்பர்களில் எவனோ ஒருவன் இவர்களின் இந்தப் பாவனையைக் கலைத்தான்.

"டேய் உன் வேலையைப் பாரு போடா" எனச் சொல்லிவிட்டு இவளைப் பார்த்து மெதுவாகச் சிரித்தான்.

"சார், எப்ப வந்தீங்க?"

"மேடம் படிக்க ஆரம்பிக்கும்போதே வந்துவிட்டேன். நீங்க படிச்சு முடிக்கும்வரை வெயிட் பண்ணலாம்னு காத்திட்டு இருந்தேன்."

"அப்படியா, சரி நீ காத்திட்டு இரு. நான் கிளாஸ் போய்ட்டு வர்றேன்" என எழுந்தாள்.

"ரேணு, ரேணு"

"ம்... என்ன?"

"இன்னும் கொஞ்ச நேரம் கழித்துப் போலாமே."

"ம்ம்ம்... மணி இப்போவே 11.30 ஆகுது. லேப்க்கு போகணும். எல்லோரும் போய்ட்டாங்க."

"சரி, ஒரு அஞ்சு நிமிஷம்."

"சார், அஞ்சு நிமிஷத்தில் அப்படி என்ன சொல்லப் போறீங்க?"

"எதுவும் சொல்லப் போறதில்லை. சும்மா உன்னப் பார்த்துட்டு இருப்பேன்."

"போடா லூஸு. தனியா உட்கார்ந்து என் போட்டோவப் பார்த்துட்டு இரு. நான் கிளம்பறேன்" என வேக வேகமாக நடக்கத் தொடங்கினாள்.

"ரேணு, ஏதாவ்து சொல்லிட்டுப் போ ப்ளீஸ்."

"ம்... இன்னிக்கு வெள்ளிக் கிழமை" எனச் சொல்லிவிட்டு ஒரு கேலிப் புன்னகையை அவனை நோக்கி வீசிவிட்டுக் கிளம்பிவிட்டாள்.

ரஞ்சன் அவள் போகும்வரை அவளையே பார்த்துக் கொண்டிருந்தான். அவள் இறுதியாக ஒருமுறை அவனைத் திரும்பிப் பார்த்துவிட்டு பின் மறைந்துவிட்டாள்.

ரேணு இந்தக் கல்லூரியில் சேர்ந்து ஒரு வருடம்தான் ஆகிறது. ரஞ்சன் மூன்றாம் வருடம் படிக்கிறான். ரேணு சேர்ந்ததில் இருந்தே அவனுக்கு அவள்மீது ஈர்ப்பு. அவளுக்கே தெரியாமல் அவளை ரகசியமாகத் தொடர்ந்துகொண்டிருந்தான். போன வாரம் ஒரு கல்ச்சுரல் நிகழ்ச்சியில்தான் அவளிடம் முதன் முதலில் பேசினான். அது பேச்சு என்பதைவிட உளறல் என்றுதான் சொல்ல முடியும். இவன் பேசியது அவளுக்கே சிரிப்பாக இருந்தது. கல்ச்சுரல் நிகழ்ச்சி முடிவடையும்போது இவனது நம்பரை ஒரு வழியாக அவளிடம் பயந்து பயந்து கொடுத்துவிட்டான். அவள் இயல்பாக எந்தத்

தயக்கமும் இன்றி தனது செல்போனில் சேமித்துக்கொண்டாள். ஆனால், அவளது நம்பரைத் தரவில்லை. அவனும் கேட்கவில்லை.

ஒரு வாரத்திற்குப் பிறகு இன்று காலையில்தான் அவளிடம் இருந்து முதன்முதலாக மெசேஜ் வருகிறது. இந்தச் சந்திப்பும் இதுதான் முதல்முறை.

அவனுக்குக் கொண்டாட்டமாக இருந்தது. இப்போது இருந்த மனநிலை அவனால் விவரிக்க முடியாததாய் இருந்தது. உடனடியாக ஒரு சிகரெட் பிடிக்க வேண்டும் போல் இருந்தது.

கேன்டீனின் பின்புறமாகச் சென்று ஒரு சிகரெட்டைப் பற்ற வைத்துக்கொண்டான். ரம்மியமாக இருந்தது. இந்த சிகரெட் உடனே முடிந்துவிடக் கூடாது என நினைத்தான். அவளின் நினைவுகளை, அவளின் சொற்களை சிகரெட்டின் புகை அத்தனை அழகாக அவனுக்குள் கிண்டிவிட்டது.

ரஞ்சன் இந்த நிமிடம் அத்தனை சந்தோஷமாக இருக்கிறான். அவனது உடல் தொடர்பான ஒரு உறுத்தல் மட்டும் இல்லாதிருந்தால் இதைவிட அவன் சந்தோஷமாய் இருப்பான். பற்களின் இடையே மாட்டிக்கொண்ட கல்லைப்போல இந்த உறுத்தல் அவனுக்கு அத்தனை அசௌகரியமாக இருந்தது.

"ஏதாவது பிரச்சினையாக இருக்குமோ? என்ன பிரச்சினையாக இருக்கும்? யாரிடம் இதைப் பற்றிக் கேட்பது" என தனக்குள் கேட்கத் தொடங்கினான். இப்போது அவன் மனம் முழுவதும் உடல் பற்றிய எண்ணமே வியாபித்திருந்தது.

கிட்டத்தட்ட ஒரு வருடமாக ரேணுவோடு பழகுவதற்காகக் காத்திருக்கிறான். நிறைய நாட்கள் பேசலாம் என அவளது அருகில்வரை சென்றுவிட்டு, பயத்தினால் பேசாமல் திரும்பி வந்திருக்கிறான். ஆனால், இப்போது அவன் காத்திருந்த தருணம் அத்தனை ஆசையாய் அவன் முன்னால் நிகழ்ந்து கொண்டிருக்கிறது. அவனால் அந்த சந்தோஷத்தை, உள்ளக் கிளர்ச்சியை முழுமையாக அனுபவிக்க முடியவில்லை. ஒருவித அச்சமும், பயமும், பதட்டமும் ஒரு சர்ப்பத்தைப் போல அசையாமல் அவன் மனம் முழுவதும் படுத்துக் கிடக்கிறது.

இதை உடனே சரி செய்ய வேண்டும் என நினைத்தான். இதை சரி செய்யாமல் ரேணுவிடம் இயல்பாகப் பழக முடியாது என நினைத்தான். இதைப் பற்றி யாருக்குத் தெரியும் அல்லது யாரிடம் கேட்கலாம் என நினைத்தான். "சுகனிடம் கேட்கலாமா? அவனுக்கு என்ன தெரியப் போகிறது, கிண்டல் அடிப்பானே? வேறு யாரிடமாவது அவன் சொல்லிவிட்டால்?" என அவனுக்குள்ளேயே பல கேள்விகளைக் கேட்டுக்கொண்டான். "ஹாஸ்டல் போய் முதலில் அந்த நாளிதழைத் தேடுவோம். அதில்தான் இதைப் பற்றி ஏதோ போட்டிருந்தது. அதில் ஏதாவது விவரம் கிடைக்கலாம்" என முடிவு செய்துகொண்டு சிகரெட்டைத் தூக்கி வீசிவிட்டு வேகவேகமாக

ஹாஸ்டலுக்குச் சென்றான்.

ஹாஸ்டல் மெஸ்ஸின் பின்புறம் உள்ள ஸ்டோர் ரூமில்தான் அத்தனை பழைய பேப்பர்களும் இருக்கும் என்பதை ஒரு வழியாகத் தெரிந்துகொண்டு அந்த அறையில் தேடத் தொடங்கினான். அந்த நாளிதழைக் கண்டுபிடிப்பது ஒன்றும் அத்தனை சிரமமாக இல்லை. மிக சீக்கிரமாகவே அவன் கையில் அது மாட்டிக்கொண்டது. அதன் கடைசிப் பக்கத்தில் பார்த்தான். அதன் மூலையில் அந்த விளம்பரம் இருந்தது. அந்தப் பேப்பரை சுருட்டிப் பேன்ட் பாக்கெட்டில் வைத்துக்கொண்டு வழியில் எங்கும் நிற்காமல் நேராக அவனது அறைக்கு வந்தான்.

அறையின் உள்ளே தாழ் போட்டிருந்தது. சுகனாகத்தான் இருக்க வேண்டும். பக்கி கிளாஸ் போகாமல் எந்த நேரமும் ரூமிலேயே படுத்துக்கிடக்கிறது என நினைத்துக்கொண்டு, கதவைத் தட்டினான். உடனடியாகத் திறக்கவில்லை. திரும்பவும் தட்டினான். ம்ஹூம்... "சுகன், டேய்... கதவத் திறடா" எனக் கத்தினான். சற்று நேரத்திற்குக் கதவு திறக்கப்பட்டது. சுகன் கண்களை தேய்த்துக்கொண்டே வெளியே வந்தான். அவன் நடிப்பது நன்றாகத் தெரிந்தது. நிச்சயமாக அவன் தூங்கவில்லை. பக்கி வேறு ஏதோ செய்துகொண்டிருக்கிறது என மனதுக்குள் நினைத்தவாறே "டேய் கிளாஸ் போகலயாடா?" என்றான்.

அவன் ஏதோ கேட்கக் கூடாத ஒன்றைக் கேட்டுவிட்டதைப் போல பார்த்தான். "இல்ல மச்சி, என்ன மாதிரி திறமையானவங்க எல்லாருக்கும் ரூமுக்கே வந்து கிளாஸ் எடுப்பதாகப் பிரின்சி சொல்லியிருக்கார். நம்ம ஃப்ரீயா இருக்கும்போது ஃபிரின்சிக்கு ஒரு மிஸ்டு கால் கொடுத்தோம்னா, அவரே யாராவது வாத்திய அனுப்பி வைப்பார். உனக்கும் சேர்த்துச் சொல்லிடவா?"

ரஞ்சன் அவனை முறைத்துப் பார்த்தான். "மணி 12 ஆகுது, இன்னும் தூங்கற. இந்த லட்சணத்தில நக்கல் வேறயா?"

"12 மணியாவுது, சார் எத்தனை கிளாஸ் அட்டெண்ட் பண்ணிட்டு வந்துருக்காருனு தெரிஞ்சிக்கலாமா?"

ரஞ்சன் அவனுக்கு எந்தப் பதிலும் சொல்லாமல், சட்டையை மாற்றத் துவங்கினான். பாக்கெட்டில் இருந்த அந்த நாளிதழிலேயே அவனது கவனம் இருந்தது.

சுகனை எப்படியாவது வெளியே அனுப்ப வேண்டும். என்ன சொல்லி அனுப்புவது என யோசித்தான்.

"மச்சி ஒரு சிகரெட் இருந்தா கொடேன்" என்றான் சுகன்.

சுகனை வெளியே அனுப்பும் வழி தெரிந்துவிட்டது. "சிகரெட்லாம் இல்ல. வேணா பைசா தர்றேன், நீ போய்ட்டு வாங்கிட்டு வா."

"சாருக்கு அவ்வளவு வசதியோ. கொடு போய்ட்டு வர்றேன்." சட்டையை மாட்டிக்கொண்டு வேகவேகமாகக் கிளம்பினான்.

அவன் கிளம்பியவுடன், அறையை உள்ளே தாளிட்டுக் கொண்டு

எடுத்த வந்திருந்த அந்த நாளிதழைத் திறந்து அந்த விளம்பரத்தைப் படிக்கத் தொடங்கினான்.

"இளைஞர்களே, இன்றைய நவநாகரீக உலகில், நீங்கள் உங்களுக்கே தெரியாமல் உங்கள் ஆற்றலை இழந்து கொண்டிருக்கிறீர்கள். தவறான சில பழக்க வழக்கங்களினால் நீங்கள் மிகவும் மோசமாகப் பாதிக்கப்பட்டு, உங்களது ஆற்றலை வீணாக்கிக் கொண்டிருக்கிறீர்கள். ஒரு நிமிடம் யோசித்துப் பாருங்கள் அல்லது உங்களது மனசாட்சியைக் கேட்டுக் கொள்ளுங்கள். உங்களது எண்ணங்கள் தூய்மையாக அப்பழுக்கற்று இருக்கின்றனவா அல்லது மோசமான பாலியல் எண்ணங்களால் பீடிக்கப்பட்டு இருக்கின்றனவா?

உங்களது விந்து உங்களை அறியாமல் வெளியேறுகிறதா? ஆம். அப்படியென்றால், நீங்கள் மிக மோசமாகப் பாதிக்கப்பட்டுள்ளீர்கள். உங்களது ஆற்றலை நீங்கள் கொஞ்சம் கொஞ்சமாக இழந்துகொண்டிருக் கிறீர்கள். இது தொடர்ந்தால் உங்களது செக்ஸ் வாழ்க்கை முடிவுக்கு வந்துவிடும். நீங்கள் உங்கள் ஆண்மையைக் கூடிய விரைவில் இழந்து விடுவீர்கள். கவலை வேண்டாம் நாங்கள் இருக்கிறோம். வாசுதேவ சித்தனார் இருக்கிறார். உங்களது கட்டுபாட்டை மீறிய உங்களது பாலியல் நலத்தை மீட்டு தருவதற்காக, அழிந்து போய்க்கொண்டிருக்கும் நம் இளைஞர்களின் ஆண்மையை மீட்பதற்காக நமது வைத்தியர் உங்கள் ஊருக்கு தரிசனம் செய்கிறார் உடனடியாக முன்பதிவு செய்யுங்கள். உங்கள் ஆண்மையைப் பாதுகாத்திடுங்கள்."

அந்த விளம்பரத்தைப் படித்து முடிப்பதற்குள் ரஞ்சனுக்கு முழுமை யாக வியர்த்திருந்தது. அந்த விளம்பரத்தில் உள்ள அத்தனையும் தனக்கு இருக்கிறது. அது நமக்காகவே எழுதப்பட்ட விளம்பரம்போல இருக்கிறது. அப்படியென்றால் அவனுக்கு பிரச்சினைதான். ஏதோ பெரிய பிரச்சினை. அவனுக்கு நெஞ்சு படபடப்பாக இருந்தது. மூச்சு அடைப்பதுபோல இருந்தது. ஆனால், அந்த விளம்பரத்தின் கடைசி வரி அவனுக்குக் கொஞ்சம் நம்பிக்கையூட்டியது.

"சரி செய்துவிடலாம். நமது ஆண்மையைப் பாதுகாத்துக் கொள்ளலாம். வைத்தியர் இருக்கிறார். அவர் பெயர் என்ன? ஆம் வாசுதேவ சித்தனார். என்ன பெயர் இது?" என மனசுக்குள் நினைத்துக்கொண்டான்.

அவர் விஜயம் செய்யும் இடங்களைப் பார்த்தான். சென்னை, காஞ்சிபுரம், திண்டிவனம், திருவண்ணாமலை, வேலூர், கிருஷ்ணகிரி, ஓசூர். பஸ் ரூட்டில் உள்ள எல்லா ஊர்களிலும் கடையைப் போட்டிருக்கான் என நினைத்துக்கொண்டான். சென்னையில் எங்கு, எப்போது எனப் பார்த்தான். "பிரதி செவ்வாய் கிழமை, அமலா லாட்ஜ் அம்பத்தூர் என போட்டிருந்தது.

"அமலா லாட்ஜா? அது எங்க இருக்கு?" என யோசித்தவாறே அதில் உள்ள எண்ணுக்குப் போனைப் போட்டான்.

"ஹலோ, ம்ம்ம்... டாக்டர் ம்ம்ம்... வைத்தியர் இருக்காரா?"

தயங்கித் தயங்கிக் கேட்டான்.

"நீங்க யாரு" ஒரு இனிமையான பெண் குரல் மறுமுனையில் கேட்டது.

"இல்ல, அப்பாயின்ட்மென்ட் வாங்கணும்."

"என்ன பிரச்சினை."

அவன் இந்தக் கேள்வியை எதிர்பார்க்கவில்லை. என்ன சொல்வது என யோசித்தான். எப்படி அதைச் சொல்வது எனத் தயங்கினான். கட் செய்துவிடலாமா என நினைத்தான்.

"ஹலோ... ஹலோ!"

"இல்ல வைத்தியரப் பார்க்கணும்."

எதிர்முனை அமைதியாக இருந்தது. ஒருவேளை அவள் ரீசீவரை மூடிக்கொண்டு நம்மை எண்ணிச் சிரித்திருக்கக் கூடும் என நினைத்தான்.

"எந்த ஊர்ல?"

"சென்னை."

"சென்னைல அப்பாயிண்ட்மெண்ட் முடிஞ்சிடுச்சே."

அவனுக்குத் திக்கென்றிருந்தது. "மேடம்... மேடம்... ப்ளீஸ் ட்ரை மேடம். ஐயாம் எ காலேஜ் ஸ்டூடண்ட் மேடம்" என்றான். இந்த இடத்தில் ஆங்கிலம் தேவையா எனத் தனக்குள்ளே நொந்து கொண்டான்.

"வெயிட்டிங். ஐ செக்கிங்" என்றாள் தத்துப் பித்தான ஆங்கிலத்தில். ஆங்கிலத்தில் பேசி அவளுக்கு தர்மசங்கடமான நிலைக்கு ஆளாக்கி விட்டோம் என நினைத்தான். அவளை நினைத்தால் பரிதாபமாக இருந்தது. 'யார் இங்கு பரிதாபத்திற்கு உரியவர்கள்?' என்று தன்னை மனதுக்குள்ளேயே திட்டிக்கொண்டான்.

அதற்குள் கதவு தட்டும் சத்தம் கேட்டது. சுகன் வந்து விட்டான். போனை காதில் வைத்துக்கொண்டே "ஹலோ அப்பா சொல்லுங் கப்பா" என சுகனுக்குக் கேட்குமாறு பேசிக்கொண்டே கதவைத் திறந்து வெளியே சென்றான். சுகன் இவனை ஒரு மாதிரியாகப் பார்த்துக்கொண்டே ரூமுக்குள் சென்றுவிட்டான்.

ரஞ்சன் அதற்குள் மொட்டை மாடி வந்திருந்தான். நண்பகல் வெயில் தகித்தது. எங்குமே நிழலே இல்லை. ஒரு ஓரமாக ஒதுங்கிக் கொண்டான்.

"ஹலோ மேடம்" என்றான்.

"சார், நான் பார்த்துட்டேன். அப்பாயிண்ட்மெண்ட் இல்ல சார். இருந்தாலும் உங்களுக்காக நான் ஒரு டைம் ஸ்லாட் புக் பண்றேன். சரியா 11 மணிக்கு வந்துடுங்க. 2500 ருபீஸ் ரெஜிஸ்ட்ரேஷன்."

"ஓகே மேடம், வந்துட்றேன். மேடம், அமலா லாட்ஜ்தானே?

அது எங்க இருக்கு?"

"கூகுள் மேப்ல பாருங்க" எனச் சொல்லிவிட்டுக் கட் செய்து விட்டாள்.

ரஞ்சன் போனை வெறித்துப் பார்த்தான். "நாளைக்கு செவ்வாய் கிழமை அதற்குள் 2500 ரூபாய் ஏற்பாடு செய்ய வேண்டும் என்ன செய்வது?" என யோசித்தான்.

மெஸ் பில் கட்ட வைத்திருக்கும் பணத்தை எடுத்துக் கொள்ளலாம். அப்பாவிடம் ஏதாவது காரணம் சொல்லிப் பிறகு வாங்கிக்கொள்ள லாம் என முடிவு செய்துகொண்டு ரூமுக்குச் சென்றான்.

செவ்வாய் கிழமை காலை வழக்கத்தைவிட முன்பாகவே எழுந்து கொண்டான். போர்வையைத் தடவிப் பார்த்தான் வழக்கத்தைப்போல நனைந்திருந்தது.

செல்போனை எடுத்து ரேணுவிடம் இருந்து ஏதாவது மெசேஜ் வந்திருக்கிறதா எனப் பார்த்தான்.

ஒரு ஸ்மைலி மட்டும் அனுப்பியிருக்கிறாள். அதுவும் இரவு 1 மணிக்கு. நான் பேசுவேன் என்று எதிர்பார்த்திருப்பாளோ? சரி, எல்லாம் சரியானவுடன் பேசிக்கொள்ளலாம் என நினைத்துக் கொண்டே குளியலறைக்குச் சென்றான்.

தாம்பரத்தில் இருந்து கிளம்பி அம்பத்தூரை நெருங்கும்போது மணி 10. கூகுள் மேப் அம்பத்தூர் அருகே ஏதோ அயப்பாக்கம் என்று காட்டுகிறது. அம்பத்தூரில் இறங்கி ஆட்டோ பிடித்துக் கொள்ளலாம் என நினைத்தான். அதற்குப் பைசா போதுமா என நினைத்தான். கையில் ஐநூறு ரூபாய் அதிகமாகவே எடுத்து வந்திருக் கிறான்.

ரேணுவிடம் இருந்து மெசேஜ் ஏதும் வந்துவிட்டால், அவளைப் பார்க்க வேண்டி வரும் என்பதால் இண்டர்நெட்டை ஆன் செய்யாமல் வைத்திருந்தான். அதனால் கூகுள் மேப்பில் இடத்தை மட்டும் குறித்துக்கொண்டு வந்திருந்தான்.

அம்பத்தூர் பஸ் ஸ்டாண்டில் இறங்கி, ஒரு ஆட்டோ டிரைவரிடம் "அமலா லாட்ஜ்" என்றான்.

அவர் இவனை முறைத்துப் பார்த்துக்கொண்டே சென்று விட்டார். 'தெரியுமா தெரியாதானாவது சொல்ல வேண்டியது தானே எதற்கு முறைக்கிறார்?' என நினைத்தான். முகத்தை கூடுமான வரை பாவமாக வைத்துக்கொண்டு, ஒரு ஷேர் ஆட்டோ டிரைவரிடம் போய் திரும்ப "அமலா லாட்ஜ்" என்றான்.

அவர் அவனை ஏற இறங்கப் பார்த்தார். "காலேஜ் படிக்கிறியா?" என்றார்.

அமலா லாட்ஜுக்கும் அதற்கும் என்ன தொடர்பு என புரிய வில்லை. "ஆமாம்" என தலையாட்டினான்.

"200 ரூபாய்."

"அவ்வளவு தூரமா?" என பரிதாபமாகக் கேட்டான்.

"உள்ள போய் எவ்வளவு கேட்டாலும் தூக்கிக் கொடுக்கத்தானே போற? என்கிட்ட மட்டும் கணக்கு கேளு. என்னத்தப் படிச்சி நீயெல்லாம்." என மீதியுள்ள சொற்களைத் தனக்கு மட்டும் கேட்குமாறு சொல்லிக்கொண்டான்.

"அண்ணே, நான் டாக்டரைப் பார்க்கப் போறேண்ணே. வேற எதுவும் தப்பா இல்ல."

ஆட்டோ டிரைவர் ஒருகணம் அவனைப் பார்த்துச் சிரித்தான். பிறகு "சரி, ஏறு. நூத்தம்பது ரூபாய்."

ரஞ்சன் வேறு எதுவும் பேசாமல் ஏறிக்கொண்டான்.

அமலா லாட்ஜ் அம்பத்தூர் நகரத்தில் இருந்து முற்றிலுமாக விலகி, அம்பத்தூரில் இருந்து திருவேற்காடு செல்லும் முற்றிலும் சிதிலமடைந்த ஒரு சாலையில், ஏரிக்கரையோரத்தில் இருந்தது. அதுதான் அமலா லாட்ஜா என சந்தேகம் வந்தது. ஏனென்றால், அந்தக் கட்டடத்தின் எந்தப் பகுதியிலும் அமலா லாட்ஜ் என்ற பெயரில் எந்தப் பதாகையும் இல்லை. பராமரிக்கப்படாத இரண்டு மாடிக் கட்டிடம் அதன் சுவரில் எந்தக் காலத்திலோ அடித்த ஒருவித மஞ்சள் கலர் பெயிண்ட் முழுவதுமாகப் பெயர்ந்திருந்தது. மிச்சம் ஒட்டிக்கொண்டிருக்கும் பெயிண்ட்கூட கறுத்துப்போய் சாம்பல் நிறத்தில் இருந்தது.

"சார், இதுதான் அமலா லாட்ஜா?"

"சந்தேகமா இருந்தா உள்ள போய் கேட்டுட்டு வந்து பைசா குடு" டிரைவர் எரிந்து விழுந்தார்.

இவன் நூத்தைம்பது ரூபாயை எண்ணிக் கொடுத்துவிட்டு உள்ளே நுழைந்தான்.

உள்ளே நுழைந்ததும் ஒரு சிறிய வரவேற்பறை. அதன் சுவரில் ஒரு பழைய காலத்துக் கடிகாரம், 8 மணியில் நின்றிருந்தது. எந்த வருடத்து எட்டு மணி எனத் தெரியவில்லை. ஒரு ஓரத்தில் சிமெண்ட் பெஞ்சில் ஒருவர் படுத்திருந்தார். அவரைத் தவிர அங்கு வேறு யாரும் இருப்பதற்கான எந்த அறிகுறியும் இல்லை. அவரையே கேட்போம் என முடிவு செய்துகொண்டு அவரை எழுப்பினான்.

"சார்... சார்."

ம்ஹூம்... அவரிடம் இருந்து எந்த எதிர்வினையும் இல்லை. ஆழ்ந்த உறக்கத்தில் இருந்தார். திரும்பத் திரும்பி அவரை எழுப்ப முயன்றான். அவர் இவனது கையைத் தட்டிவிட்டுத் திரும்பிப் படுத்துக்கொண்டார்.

என்ன செய்வது எனப் புரியாமல் நின்றான். படிக்கட்டில் யாரோ இறங்கி வருவதுபோல் சத்தம் கேட்டது. ஒரு சிறுவன் கையில்

நான்கைந்து காலி டீ கிளாஸ்களுடன் இறங்கிக் கொண்டிருந்தான். ஏதோ ஒரு தமிழ் பாட்டை முணுமுணுத்துக் கொண்டே வந்தான். இவனைப் பார்த்தவுடன் பாடுவதை நிறுத்திவிட்டு "அந்த ஆளை எழுப்ப முடியாது சார், நைட் அடிச்ச சரக்கு தெளிய மதியம் ரெண்டு மணி ஆவும். நீ என்ன டாக்டரைப் பார்க்கணுமா?" என்றான்.

"ஆம்" எனத் தலையாட்டினான்.

"ரெண்டாவது மாடிக்குப் போ" சொல்லிவிட்டு, அதே பாட்டைத் திரும்பவும் முணுமுணுத்துக்கொண்டே சென்றான். யாருமற்ற அந்தக் கட்டிடத்தில், எல்லா மூலையிலும் அவனது அந்தப் பாட்டு பட்டு எதிரொலித்துக்கொண்டிருந்தது.

ரெண்டாவது மாடியின் வராண்டா முழுவதும் பிளாஸ்டிக் நாற்காலிகள் போடப்பட்டிருந்தன. ஏறக்குறைய இருபது பேர் அங்கு இருந்தார்கள். யாரும் யாருடனும் பேசவில்லை. இருபது பேர் இருப்பதற்கான எந்த அறிகுறியும் அந்த லாட்ஜின் கீழ் தளத்தில் தெரியவில்லை. அவ்வளவு அமைதியாக இருந்தது. கீழிருந்த வெளிச்சம் கூட மேலே இல்லை. அவ்வளவு இருட்டாக இருந்தது. யாருடைய முகத்தையும் தெளிவாகப் பார்க்க முடியாத அளவுக்கு இருட்டு. அந்த இருளை அங்கு இருந்த எல்லோரும் விரும்பினார்கள். இவனையும் சேர்த்து.

இவன் நடந்து வருவதன் சத்தம் கேட்டு எல்லோரும் இவனையே பார்த்தார்கள். இவனுக்கு அது கொஞ்சம் சங்கோஜமாக இருந்தது. வேகவேகமாக எல்லோரையும் கடந்து திறந்திருந்த ஒரு அறையின் உள்ளே சென்றான்.

அந்த அறையில், வாசலின் அருகிலேயே ஒரு சேர் போடப்பட்டிருந்தது. அதன் முன் ஒரு கம்ப்யூட்டர், நாற்பது வயது மதிக்கத்தக்க வாளிப்பான ஒரு பெண்மணி அந்தச் சேரில் அமர்ந்திருந்தாள். கம்ப்யூட்டரில் ஏதோ பார்த்துக் கொண்டிருந்தாள். இவன் வந்ததும் நிமிர்ந்து பார்த்தாள். போனில் கேட்ட குரலுக்கும், இவள் உருவத்திற்கும் கொஞ்சம்கூட சம்பந்தம் இல்லை என நினைத்தான்.

"டாக்டரைப் பார்க்கணும்" என்றான்.

"உங்க பேர்."

"ரஞ்சன்."

அவள் அவனை நிமிர்ந்து பார்த்தாள். மெலிதாகப் புன்னகைத்தாள். இவனுக்குக் கூச்சமாக இருந்தது. தலையை குனிந்துகொண்டான்.

"2500 கொடுங்க" என்றாள்.

இவன் பர்ஸை எடுத்து எண்ணிக் கொடுத்தான். அவள் அதைத் திரும்ப ஒருமுறை சரி பார்த்துக்கொண்டு தனது ஹேண்ட் பேக்கில் போட்டுக்கொண்டாள். "உங்க டோக்கன் நம்பர் 25. வெயிட் பண்ணுங்க டாக்டர் வருவார்" எனச் சொல்லி 25 என எழுதப்பட்ட துண்டுச்

சீட்டைக் கொடுத்தாள்.

அதை வாங்கிக்கொண்டு வெளியே போடப்பட்ட ஒரு சேரில் வந்து அமர்ந்துகொண்டான். இப்போது யாரும் இவனைப் பார்க்க வில்லை. எல்லோரும் ஏதோ தீவிரமாக யோசித்துக் கொண்டிருப்பது போல இருந்தது. இவன் எல்லோரையும் நன்றாக ஒருமுறை பார்த்தான். இருளுக்கு கண் பழகி இருந்ததினால் இப்போது எல்லோருடைய முகமும் ஓரளவுக்குத் தெரிந்தது. எல்லோரும் நாற்பதில் இருந்து ஐம்பது வயதுக்குள் இருப்பவர்களாகவே இருந்தார்கள். இவன் வயதில் அங்கு யாரும் இல்லாதது அவனுக்குக் கொஞ்சம் ஏமாற்றமாக இருந்தது. இங்கு இருப்பதே அவனுக்கு கொஞ்சம் சங்கடமாக இருந்தது. 25 ஆவது டோக்கன் என்றால், இன்னும் எவ்வளவு நேரம் காத்திருக்க வேண்டுமோ என பயந்தான். அதுவரை என்ன செய்வது என புரியாமல் செல்போனை எடுத்து ஆன் செய்தான். செல்போனின் அந்த வெளிச்சம் எல்லோரையும் அவனைத் திரும்பிப் பார்க்கச் செய்தது. உடனே அதை அணைத்துவிட்டு பாக்கெட்டில் வைத்துக் கொண்டு தலையைக் குனிந்துகொண்டான்.

கொஞ்ச நேரத்தில் வெள்ளைச் சட்டை, வெள்ளை பேன்ட் அணிந்துகொண்டு ஒருவர் அவனைத் தாண்டி நடந்து சென்றார். எல்லோரும் அவரைப் பார்த்து எழுந்து நின்றார்கள். இவன் மட்டும் அமைதியாக அமர்ந்திருந்தான். அவர் அவனைப் பார்த்துக்கொண்டே உள்ளே சென்றார். அவர்தான் டாக்டராக இருக்க வேண்டும்.

நேரம் கொஞ்சம் கொஞ்சமாக நகர்ந்துகொண்டிருந்தது. டோக்கன் நம்பர் 15,16,17... என வரிசையாக அந்தப் பெண் அழைத்துக் கொண்டி ருந்தாள். உள்ளே சென்ற ஒவ்வொருவரும் வெளியே வர நீண்ட நேரம் எடுத்துக்கொண்டார்கள். அவ்வளவு நேரம் என்ன பேசுவார்கள் என்பது அவனுக்குக் குழப்பமாக இருந்தது. வெளியே வரும் அனைவரிடமும் கையில் ஏதோ பாட்டில் இருந்தது. அதை அவர்கள் ஒரு காகிதத்தில் சுற்றி எடுத்துச் சென்றார்கள். மணி இரண்டைத் தாண்டியிருந்தது. டோக்கன் நம்பர் 21 உள்ளே சென்றிருந்தார். இவனுக்கு வயிறு ஒரு மாதிரி இறுக்கிப் பிடிப்பதுபோல இருந்தது. பசித்தது. ஏதாவது சாப்பிடணும்போல இருந்தது. வரும்போது ஒரு பிரியாணிக் கடையைப் பார்த்தான். முடிந்தவுடன் நேராக அங்கே போய் ஒரு பிரியாணி சாப்பிட வேண்டும் என நினைத்துக் கொண்டான். நாக்கு வரண்டு போய் இருந்தது. எழுந்து போய் ஒரு டம்ளர் தண்ணீரைக் குடித்துக்கொண்டான். அப்போது அந்தப் பெண் அவனை ஓரக்கண்ணால் பார்த்துச் சிரித்துக்கொண்டாள். இவன் வேகவேகமாகச் சென்று சேரில் அமர்ந்தான்.

டோக்கன் நம்பர் 25. அந்தப் பெண்ணின் குரல் அவ்வளவு குழைவாய் இனிமையாக இருந்தது.

இவன் எழுந்து உள்ளே சென்றான். படபடப்பாக இருந்தது. ஏதோ ஒரு மட்டமான வாசனைத் தெளிப்பான் அந்த அறையில்

தெளிக்கப்பட்டிருந்தது. அதன் வாசனையும் காற்றோட்டம் இல்லாத அந்த அறையில் அடைந்து கிடக்கும் பொருட்களின் வாசமும் சேர்ந்து ஒருவித அழுகிய வாடை அடித்தது.

அந்த அறையின் மத்தியில், ஒரு பெரிய சுழல்நாற்காலியில் அந்த டாக்டர் அமர்ந்திருந்தார். நெற்றி முழுக்க விபூதியும் சந்தனமும் பூசியிருந்தார். வெற்றிலைப் பாக்கின் சாயம் அவர் வாய் முழுதும் இருந்தது. மேலும் அவர் போட்டிருந்த மூக்குப் பொடியின் நெடி அவன்மீது அடித்தது.

அவருக்கு வணக்கம் வைத்துச் சேரின் நுனியில் அமர்ந்து கொண்டான்.

"நல்லா வசதியா உட்காருப்பா" என சத்தமாகச் சொல்லி பாக்கை வாயில் அடக்கிக்கொண்டு அந்தப் பெண்ணைப் பார்த்துச் சிரித்தார். இவனுக்கு எரிச்சலாக இருந்தது.

"பேர் என்ன? சார் என்ன பண்றீங்க?" என்றார். கையில் இருந்த ஹான்ஸ் பொட்டலத்தை நான்காக மடித்து டேபிளில் இருந்த ஒரு கவரில் திணித்தார்.

அந்தப் பெண் அவர் அருகில் வந்து நின்றுகொண்டு இவனைப் பார்த்துப் புன்னகைத்தாள்.

"ரஞ்சன், என்ஜீனியரிங் படிக்கிறேன்" என்றான். காலேஜ் பெயரைக் கேட்டால் சொல்லக்கூடாது என நினைத்துக் கொண்டான்.

"பெரிய படிப்பா இருக்கே. இந்தப் படிக்காதவனத் தேடி வந்திருக்கீரே, நான் என்ன செய்யணும்?"

அவன் தயக்கமாய் அவரைப் பார்த்தான்.

"ம்ம்... தயங்காம சொல்லுப்பா. என்ன பிரச்சினை உனக்கு?"

இவன் அந்தப் பெண்ணை பார்த்தான். அவளுக்கு முன் சொல்வது கூச்சமாக இருந்தது.

"பராவாயில்லை சொல்லு. அவுக என் அசிஸ்டெண்ட்தான்."

"சார், தூங்கும்போது...." என இழுத்தான்.

அவள் சிரித்தாள். இவனுக்கு வெட்கமாக இருந்தது.

"அட என்னப்பா நீ, இவ்வளவு தூரம் வந்துட்ட அப்புறம் என்ன தயக்கம்? சொல்லுவியா..."

"சார், தூங்கும்போது..."

"என்ன தூங்கும்போது விந்து வெளியேறுதா" என்று சொல்லிவிட்டு அவனைப் பார்த்துக் கண்ணடித்தாள் அவள்.

இவன் அவளைப் பார்ப்பதை தவிர்த்தான். தலையைக் குனிந்து கொண்டே, "ஆம்" என்றான்.

அவள் டாக்டரைப் பார்த்துச் சிரித்தாள்.

"இந்தக் காலத்துப் புள்ளங்க எல்லாம் முன்ன போல இல்ல.

செல்போனக் கையிலேயே வச்சிகிட்டு எந்த நேரமும் ஏதாவது கெட்ட சமாச்சாரம் பார்த்துக்கிட்டே உடம்பக் கெடுத்துக்குதுவ" என்றார் அவளைப் பார்த்து. அவளும் 'ஆம்' என்பது போல தலையசைத்தாள்.

"தம்பி, ஒண்ணும் ஆபத்தில்லை. நல்ல இடத்துக்குத்தான் வந்திருக்கிய. சரி பண்ணிபுடலாம், கவலப்படாதியக. எவ்வளவு நாளா இருக்கு இந்தப் பிரச்சினை?"

"பத்து நாளா."

"ஏதாவது இங்கிலீஷ் டாக்டர்கிட்ட போனீங்களா?"

"இல்ல."

"ம்ம்... அவிங்ககிட்ட மட்டும் மாட்னீங்கனா அவ்வளவுதான். ரத்தம் டெஸ்ட், ஸ்கேனுன்னு ஏதேதோ எழுதித் தருவாய்க. எல்லாக் காசையும் பறிச்சிக்கிட்டு கடைசில எதுவும் பிரச்சினை இல்லனு சொல்லுவாய்ங்க. அங்க போகாம இருக்கிறதுதான் நல்லது."

"இல்ல, போகல."

அவர் அந்தப் பெண்ணைப் பார்த்து எதற்கோ சிரித்தார். "ஆரம்பக் கட்டத்திலதான் வந்திருக்கிய, இந்தச் சூரணம் தர்றேன். நாற்பதெட்டு நாள் சாப்பிடுங்க. பாலில் கலந்து சாப்பிடணும் சரியா? அப்படிச் சாப்பிட்டாச்சினா படிப்படியா சரியாகிடும்."

"எவ்வளவு நாள் சார் ஆகும்?"

"உடனே சரி ஆகுணுமாக்கும்?" என்று இவனை நக்கலாகப் பார்த்தார். அவள் அடக்க முடியாமல் கலகலவெனச் சிரித்தாள்.

"இன்னொன்னையும் சேர்த்து எழுதித் தர்றேன். ஒண்ணு காலையில இன்னொன்று ராத்திரி சேர்த்துச் சாப்பிடு சீக்கிரம் சரியாகிடும்" எனச் சொல்லிவிட்டு, அவளின் காதில் ஏதோ சொன்னார். அவளும் கனிவாகக் குனிந்து அவர் சொல்வதைக் கேட்டுக்கொண்டாள்.

இரண்டு பாட்டில்களை ஏதோ சூரணம் என்று கொடுத்தாள். அதற்குத் தனியாக ஆயிரம் ரூபாய் கேட்டாள். அவன் பைசா எடுத்து வரவில்லையென சொன்னான். அவளும் சரியென்று அடுத்தமுறை வரும்போது கொடுக்கச் சொன்னாள்.

"அடுத்த முறையும் வரணுமா?" என்றான் படபடப்பாக.

அவள் பதில் ஏதும் சொல்லவில்லை. அவனைப் பார்த்துச் சிரித்தாள். இவன் வேகவேகமாக அங்கிருந்து கிளம்பிவிட்டான்.

மணி நான்கைத் தாண்டிச் சென்று கொண்டிருந்தது. பசி குடலைப் புரட்டியது. லாட்ஜுக்கு வெளியே ஒரு பிரியாணிக் கடை இருந்தது. அவனுக்கு இருந்த மன உளைச்சலுக்கு ஒரு பிரியாணி சாப்பிடுவது நிச்சயம் இதமாக இருக்கும் என நம்பினான். அந்தக் கடையை நெருங்க நெருங்க காற்றில் கலந்து வரும் அந்த பிரியாணியின் மணம் அமிர்தமாய் இருந்தது.

"ஒரு சிக்கன் பிரியாணி" என்றான் வாயில் எச்சில் ஊற.

"குஸ்காதான் இருக்கு" என்றார் அந்தக் கடைக்காரர் இவன் முகத்தைப் பார்க்காமலே. ஒருவேளை இவனுடைய அந்த பரிதாபமான முகத்தைப் பார்த்திருந்தால், கடையில் பிரியாணி இல்லையென்றாலும் அவருக்காக தனியே எடுத்து வைத்திருந்ததை இவனுக்குக் கொடுத்திருந்திருப்பார்.

ரஞ்சனுக்கு ஏமாற்றமாக இருந்தது. வேறு வழியில்லாமல் குஸ்காவை வாங்கி வேண்டா வெறுப்பாகச் சாப்பிட்டு முடித்தான். அவனுக்கு அவ்வளவு வெறுப்பாக இருந்தது. 'தனக்கு மட்டும் ஏன் இப்படி நடக்கிறது?' தன்னைத் தானே நொந்து கொண்டான்.

சாப்பிட்டுவிட்டு, ஆட்டோவில் போக வேண்டாம் ஏதாவது பஸ் வந்தால் போய் விடலாம் என அருகிலிருந்த பேருந்து நிறுத்தத்தில் போய் அமர்ந்துகொண்டான்.

காத்திருப்பது என்னவோபோல் இருந்தது. அங்கிருப்பவர்கள் எல்லாம் அவனை ஏதோ வித்தியாசமாகப் பார்ப்பதுபோல் இருந்தது 'பஸ் சீக்கிரம் வந்தால் என்ன? நாம வெயிட் பண்ணா சீக்கிரம் வர்ற பஸ்கூட லேட்டாத்தான் வரும்போல' என மனதுக்குள் நினைத்துக்கொண்டான்.

சற்று நேரம் கழித்து, லாட்ஜில் இருந்து டாக்டருடன் இருந்த அந்தப் பெண் நடந்து வருவதைப் பார்த்தான். 'திக்கென்று' இருந்தது. 'பஸ் ஸ்டாப்பிற்கு ஏதும் வந்துவிடப் போகிறாள்' என பயந்தான்.

அவள் மெல்ல மெல்ல பஸ் ஸ்டாப்பை நோக்கித்தான் வந்து கொண்டிருந்தாள். ரஞ்சனுக்கு என்ன செய்வது என்று தெரியவில்லை. இங்கிருந்து அவள் கண்ணில் படாமல் ஓடி விடலாமா என நினைத்தான்.

அதற்குள் அவள் இவனைப் பார்த்துவிட்டாள். இவனை பார்த்தவுடன் கொஞ்சம் வேகமாக நடந்து வந்தாள்.

அவள் தன்னைப் பார்த்தப் பிறகு இங்கிருந்துபோனால் நன்றாக இருக்காது என நினைத்துக்கொண்டு அவளைப் பார்க்காதது போல இயல்பாக இருக்க வேண்டும் என நினைத்து இயர் போனை எடுத்து காதில் மாட்டிக்கொண்டான்.

அவள் அந்தப் பேருந்து நிறுத்தத்திற்கு வந்து ஓரமாக நின்று கொண்டாள். அவள் மெலிதாகப் புன்னகைப்பது இவனுக்குத் தெரிந்தது. அவள் மேல் கோபமாக வந்தது. 'என்ன சிரிப்பு வேண்டி கிடக்கு' என மனதில் நினைத்துக்கொண்டான்.

கொஞ்ச நேரத்தில் ஒரு பேருந்து வரவும், வேகவேகமாக அதில் ஏறிக்கொண்டான். அவள் ஏதும் ஏறுகிறாளா என எட்டிப் பார்த்தான். அவளும் முன் படிக்கட்டு வழியாக ஏறிக்கொண்டாள். பேருந்தின் முன்புறம் ஒரு இருக்கை காலியாக இருந்தது. அதில் அமர்ந்து கொள்ளலாம் என முன்னே செல்வதற்குள் அவள் அந்த இருக்கையில்

மீட்கப்படவேண்டிய தேவசேனாக்கள் ❀ 63

அமர்ந்துகொண்டாள். 'லேடிஸ் சீட்தான் நிறைய காலியாக இருக்கும்போது இதில் வந்து ஏன் அமர்கிறாள்' என அவனுக்குக் கோபமாக வந்தது. அதைக் காட்டிக்கொள்ளாமல் ஒரு கம்பியில் சாய்ந்துகொண்டு நல்ல வசதியாய் நின்றுகொண்டான்.

சற்று தொலைவு சென்றவுடன் அவள் இவனைத் திரும்பிப் பார்த்தாள். இவன் அவளைக் கவனிக்காததுபோல தலையைத் திருப்பிக்கொண்டான். அவள் ஜாடை மாடையாக இவனைக் கூப்பிட்டாள். பக்கத்து சீட்டில் இருந்த ஒரு பெரியவர் "தம்பி உன்னக் கூப்பிடறாங்க பாருப்பா" என்றார்.

இவன் அவளைப் பார்த்தான். அங்கெ வந்து அமரச் சொல்லி அழைத்தாள். வேண்டா வெறுப்பாக சென்று அவள் அருகே அமர்ந்துகொண்டான். அவள் இவனைப் பார்த்து மென்மையாய் சிரித்தாள். "ஏன் என்னைப் பார்த்து பயப்படற" என்றாள்.

இவன் சங்கடத்தில் நெளிந்தான். நன்கு கவனமாக இடைவெளிவிட்டு அவளை உரசாமல் அமர முயற்சி செய்தான். அவள் வெகு இயல்பாக அவனை நெருக்கி அமர்ந்துகொண்டாள். கண்டக்டரிடம் உரிமையாக இவனுக்கும் சேர்த்து டிக்கெட் வாங்கிக்கொண்டாள். அப்போது அவளது பர்சில் இருந்த கசங்கிய போட்டோவைப் பார்த்தான். கணவன், இவள் மற்றும் இவன் வயதில் ஒரு பையன். அவளது மகனாக இருக்க வேண்டும் என நினைத்துக்கொண்டான்.

"டிக்கெட் காசு" என்று சில்லறையை அவளிடம் கொடுத்தான்.

"வச்சிக்கோ" என்றாள் கனிவாக.

அதன்பிறகு அவன் அவளிடம் ஏதும் பேசவில்லை.

இறங்குவதற்கு சற்று நேரம் முன்பு "எந்த காலேஜ்ல படிக்கிற" என்றாள்.

இவன் "சாய்பாபா இஞ்சினியரிங் காலேஜ்" என பொய்யாக ஒரு பேரை அடித்துவிட்டான். காலேஜ் பேரை மட்டும் யார் கேட்டாலும் சொல்லக்கூடாது என முடிவு செய்து வைத்திருந்தான்

"என் பையனும் இஞ்சினியரிங்தான் படிக்கிறான்" என்றாள்.

இவனுக்கு என்னவோ போல் இருந்தது. அவளைப் பார்த்து மையமாகச் சிரித்தான். அவளும் சிரித்தாள்.

அதற்குள் பேருந்து நிறுத்தம் வந்தது. அவன் இறங்குவதற்கு எழுந்தான்.

அவள் இவனுடைய கையைப் பற்றினாள். இவன் அதிர்ச்சியாக இவளைத் திரும்பிப் பார்த்தான்.

"இனிமேல் இங்கெல்லாம் வராத" என்றாள்.

"ஏன் ?"

"இவங்கல்லாம் உன்ன ஏமாத்திடுவாங்க."

“அப்ப என் பிரச்சினை” என்றான் படபடப்பாக.

“இது ஒரு பிரச்சினையே இல்லை” என்றாள் நிதானமாக. சொல்லிவிட்டு ஒரு வெள்ளை நிறக் கவரை அவனது கையில் திணித்துவிட்டு பேருந்தில் இருந்து விறுவிறுவென இறங்கிச் சென்றாள்.

இவன் ஒரு கணம் திகைத்து நின்றான். பின் அவள் கொடுத்த கவரைப் பிரித்துப் பார்த்தான். இரண்டாயிரத்து ஐநூறு இருந்தது. டாக்டரிடம் இவன் கொடுத்த அதே இரண்டாயிரத்து ஐநூறு ரூபாய்.

ஆச்சரியமாய் அவள் சென்ற திசையைச் பார்த்தான். அவள் அந்தப் பேருந்து நிலையத்தின் பெருங்கும்பலில் இருந்து விலகித் தனியாக, அவ்வளவு தனியாகச் சென்று கொண்டிருந்தாள்.

உடைக்கப்பட்ட சங்கிலிகள்

அந்தப் பழுப்பு நிற தந்தியின் தேர்ந்தெடுக்கப்பட்ட வார்த்தைகளின் செறிவில் அது யார் அனுப்பியிருக்கக் கூடும் என்பதை எளிதாக யூகித்திருந்தான் பிலிப்.

வோல்ட்டயர், பிலிப்பிடம் அடிக்கடி சொல்வது இது ஒன்றைத்தான்: "ஒரு வசந்த காலம் உன்னைத் தேடி வரும், அது ஒரு மழைக்கால சூரியனின் அதிகாலை வெளிச்சம் போல ஒரு நாள் உன் வீட்டின் சிதிலமடைந்த கதவுகளைத் தட்டும். அப்போது கதவுகளுக்கு அப்பால் நீ அதன் வருகையை எதிர்பார்த்திருக்க வேண்டும்."

வோல்ட்டயர், எப்போதும் திரும்பத் திரும்ப இந்த வார்த்தைகளைச் சொல்லிக் கொண்டிருப்பான். அவனுக்கு பிலிப்பின் கனவுகளில், சித்தாந்தங்களில் ஒரு ஈர்ப்பு உண்டு. ஒடுக்கபட்டவர்களின் உரிமைக்கான அத்தனை கனவுகளையும் அங்கீகரிப்பவனாக வோல்ட்டயர் இருந்தான்.

"பிலிப் வசந்த காலம் வந்தேவிட்டது. பைசெட் மருத்துவமனைக்கு உன்னைக் கண்காணிப்பாளாராக நியமிக்கிறேன். ஏனென்றால் அதற்கு நீ உன்னை முழுமையாகத் தயார்படுத்திக் கொண்டிருக்கிறாய். இருள் நிறைந்த அந்த மருத்துவமனையின் அறைகளுக்கு இன்றைய அதிகாலை சூரிய வெளிச்சத்தை நீ உன்னோடு சுமந்து செல்."

ஜெனரல் வோல்ட்டயர்

பாரீஸ்

ஆகஸ்ட், 1793

பட்டு நூல் சுற்றப்பட்ட அந்தத் தந்தியில் இருந்த ஒவ்வொரு தடித்த வார்த்தையும், ஒவ்வொரு எழுத்தும் பிலிப்பின் உள்ளே விவரிக்க முடியாத ஒரு கிளர்ச்சியை ஏற்படுத்தியது. பிலிப் இதைத்தான் எதிர்பார்த்தான். அவன் வாழ்நாள் முழுமைக்கும், குறைந்தபட்சம் கடந்த பத்தாண்டுகளில் இதை மட்டும்தான் எதிர்பார்த்திருந்தான்.

பிலிப், கடைசியாக வோல்ட்டயரை பாரீஸின் பிரமாண்டமான பழமைவாய்ந்த அந்த ரோமன் கத்தோலிக்க திருச்சபையில்தான் பார்த்தான். பத்து வருடங்கள் இருக்கும். பார்வையாளரின் மர பெஞ்ச்சில் இருந்து பாதிரியாரை நோக்கி வோல்ட்டயர் எழுப்பிய

கேள்விகள் பத்து வருடம் கழித்து இன்னமும் பிலிப்புக்கு நினைவில் இருக்கிறது. கடவுளின் இருப்பில் எழுப்பப்பட்ட எத்தனை உக்கிரமான கேள்விகள். வோல்ட்டயரின் கேள்விகளுக்கு அங்கு யாரிடமும் பதில் இல்லை. பதில் இருந்தாலும் இறைவனின் பெயரால் நடத்தப்படும் அந்தத் திருச்சபையில் கடவுள் மட்டுமே அத்தனை கேள்விகளுக்கும் பதில் என்று விட்டு விட்டார்கள்.

நம்பிக்கைகள் கடவுளின் பெயரால் ஏற்படுத்தும்போது கடவுளை அழிக்காமல் எந்த உண்மையையும் நிறுவ முடியாது. அந்த வேலையைத்தான் வோல்ட்டயர் செய்து கொண்டிருந்தான். வோல்ட்டயர் மட்டுமே செய்து கொண்டிருந்தான்.

பிலிப், அந்தத் திருச்சபையின் நடவடிக்கைகளில் கொஞ்சமும் இணைப்பின்றித் தன்னைத் துண்டித்துக் கொண்டிருந்தான். அவன், இரும்புச் சட்டத்தில் கைகள் பிணைக்கப்பட்ட தனது தோழன் பெய்லியின் மங்கிப்போன கண்களையே பார்த்துக் கொண்டிருந்தான். பெரிய பெரிய புத்தகங்கள் வைத்து தான் படித்த மருத்துவம் எந்த வகையிலும் பெய்லிக்கு உதவப்போவதில்லை என்பது அவனுக்கு வெறுப்பாக இருந்தது. அறிவியலின் நிழல் கூட ஒதுங்க முடியாத கட்டிடம் இது. அறிவியல் ஒரு சாத்தானாக அங்குள்ள தூண்கள் முழுக்க சித்தரிக்கப்பட்டிருந்தது.

“பெய்லிக்கு வந்திருப்பது நோய், மனநோய். நோய்கள் குணமாகக் கூடியன. கருணையும், அளவற்ற அன்பும், மருத்துவமும் நோயை முற்றிலுமாகச் செயலிழக்க வைக்கும். தேவை நம்பிக்கை மட்டுமே.” பிலிப் தனது மெல்லிய குரலில் பாதிரியாரிடம் வேண்டிக் கொண்டிருந்தான்.

“ஒருவன் தன்னிலையை மறப்பது நோயல்ல, சாபம். இறைவனின் சாபம். பிறவியின் சாபம். சாத்தானின் எச்சம். சாத்தானுக்குத் தேவை கருணையோ அன்போ அல்ல. தண்டனை. பெய்லி என்னும் உன் நண்பன் இப்போது பெய்லி அல்ல, ஒரு சாத்தான். இந்த இறைவனின் திருச்சபை சாத்தானின் இருப்பை சகித்துக் கொள்ளாது.”

"பெய்லிக்கு டிரப்பினேசன் செய்யுமாறு ஆண்டவன் பெயரால் இந்தக் கத்தோலிக்க திருச்சபை ஆணையிடுகிறது. டிரப்பினேசன் என்னும் கபாலத்தில் இடப்படும் துளையின் வழியாக இந்த பெய்லியின் சுயத்தில் நிரம்பியிருக்கும் சாத்தான்கள் வெளிக்கொணரப்பட்ட பின் இறைவுனின் எல்லையற்ற கரங்கள் இந்த பெய்லி என்னும் மனிதனை இரட்ச்சிக்கும்” என்று சொல்லிவிட்டு அந்தப் பாதிரியார் வோல்ட்டயரைப் பார்த்தார்.

“உங்களின், உங்கள் திருச்சபையின் எதேச்சதிகாரத்திற்கு விரைவில் முடிவு வரும். அது என்னால் வரும், என் நண்பன் பெய்லியின் பெயரால் வரும்” என்று சொல்லிவிட்டு பெய்லியை ஒருமுறை தனது கருணை நிரம்பிய கண்களால் பார்த்துவிட்டு அந்தத்

திருச்சபையை விட்டு வேகவேகமாக வெளியேறினான் வோல்ட்டயர்.

வோல்ட்டயரின் அந்த வன்மம் நிறைந்த கண்களை அப்போதுதான் பிலிப் கடைசியாகப் பார்த்தான். புதிய கனவுகளைக் காணும் கண்கள். எல்லா மாற்றமும் அந்தக் கண்களின் வழியேதான் தொடங்குவதாக பிலிப் நினைத்தான்.

மேடேம் ஹெல்விட்டியஸ் என்னும் பிரஞ்சுப் புரட்சியை முன்னெடுக்கும் அமைப்பில் பிலிப், பெய்லியுடன் இணைந்தபோது பெய்லிதான் பிலிப்பிற்கு வோல்ட்டயரை அறிமுகப்படுத்தினான். பெய்லியும் வோல்ட்டயரும் புரட்சி பற்றி இரவு முழுதும் பேசிக் கொள்வார்கள். பாதிரியார்களுக்கும், நிலப்பிரபுக்களுக்கும் அளிக்கப் பட்டுள்ள அளவற்ற அதிகாரம், அதன் நீட்சியாக எளிய மக்கள் சுரண்டப்படுவதைப் பற்றி மணிக்கணக்கில் பேசிக்கொள்வார்கள்.

திடீரன பெய்லியின் நடவடிக்கைகளில் ஏற்பட்ட மாற்றத்தை பிலிப்தான் முதலில் கணித்தான். மெலன்கோலி வகை மனநோயால் பெய்லி பாதிக்கப்பட்டிருக்கிறான் என்பதனை அவன் வோல்ட்டயருக்குத்தான் முதலில் சொன்னான்.ஹிப்போகிரேட்ஸ் அதை மூளையில் ஏற்படும் நோய் என்று சொன்னதாகச் சொன்னான். ஆனால் பாரிஸின் அந்தப் பழமை வாய்ந்த திருச்சபை இதை நோயென்று ஒத்துக் கொள்ளாது. கடவுளின் பெயரால் பெய்லி தண்டிக்கப் படுவான் என்பதை இருவருமே எதிர்பார்த்திருந்தனர். அதை எப்படித் தவிர்ப்பது என்று தீவிரமாக சிந்தித்திருந்தனர். ஆனால் பெய்லி தண்டிக்கப்பட்டான். அதுவும் டிரப்பினேசன் என்கின்ற மிக மோசமான முறையில்.

சில நாட்கள் கழித்து பெய்லி என்கின்ற ஒரு மாபெரும் புரட்சியாளன் ஒரு பனிக்காலத்தின் பின்னிரவில் தற்கொலை செய்துகொண்டான்.

பெய்லியின் தற்கொலை பிலிப்பின் உள்ளே எண்ணற்ற கேள்விகளை எழுப்பியது. மருத்துவராகத் தனது இயலாமையின் துக்கம் நாளுக்கு நாள் பிலிப்பை வாட்டியது. இனி முழு நேர மருத்துவனாகத் தன்னை மாற்றி கொள்ள வேண்டும். மருத்துவத் துறையில் புறக்கணிக்கப்பட்ட நோய்களுக்கு அதுவும் குறிப்பாக மனநோயளிகளுக்குத் தன்னை முழுதாக அர்ப்பணிக்க வேண்டும் என்று நினைத்துக் கொண்டான். பாரிஸில் ஒரு தனியார் மனநலக் காப்பகத்தில் இணைந்து கொண்டான்.

வோல்ட்டயரை அதன் பிறகு பிலிப் பார்க்கவே இல்லை. ஆனால் புரட்சி தீவிரமடையும் ஒவ்வொரு கால கட்டத்திலும் வோல்ட்டயர் அதன் பின்னணியில் இருப்பான் என பிலிப்பிற்குத் தெரியும். நெக்கருடன் வோல்ட்டயரைப் பார்த்ததாக நண்பன் ஒருவன் சொல்லிக் கேள்விப்பட்டான். நெக்கர் பாதிரியார்கள் மற்றும் பிரபுக்களுக்கு கொடுக்கப்பட்டிருக்கும் வரி விலக்கை நீக்கி ஆணை பிறப்பித்துள்ளான் என்ற செய்தி அதை உறுதி செய்தது. நெக்கரின் நிதி மேலாண்மை

பதவி போன பிறகு அதை எதிர்த்து நடந்த பாஸ்டில் சிறை உடைப்பில் வோல்ட்டயர் கைது செய்யப்பட்டதாக செய்தித்தாளில் படித்து தெரிந்து கொண்டான்.

பாரிஸின் பிரமாண்ட தெருக்களில் வோல்ட்டயரின் பாதிப்புகள் தெரியத் தொடங்கின. மக்கள் சிந்திக்கத் தொடங்கினர். திருச்சபை தனது அதிகாரங்களை மக்களது குடியாட்சியின் கரங்களில் இழந்து கொண்டிருந்தது.

வோல்ட்டயர் பிலிப்பிற்கு அனுப்பிய அந்தப் பழுப்பு நிறத் தந்தி இரண்டு விசயங்களைத் தெளிவாக உணர்த்தியது. ஒன்று, ஒடுக்கப்பட்டவர்களைப் பற்றி வோல்ட்டயர் எப்போதும் சிந்தித்துக் கொண்டிருக்கிறான். மற்றொன்று, பெய்லியை அவன் இன்னும் மறக்கவில்லை.

பாரிஸின் தென்கிழக்கே உள்ள ஒரு புறநகரத்தில் நகரத்தின் படிமங்களிலிருந்து முற்றிலுமாகத் தன்னை விடுவித்துக்கொண்டு பழைமையின் பிரமாண்ட உருவாக அமைந்திருந்தது பைசெட் மருத்துவமனை. அது கண்டிப்பாக ஒரு மருத்துவமனைதான். சமூகத்தில் இருந்து புறக்கணிக்கப்பட்டவர்களுக்கான மருத்துவமனை. ஆனால் அது சிறை போன்றது. சிறையின் நோக்கம் கைதிகளின் நலன் அல்ல. பொது சமூகத்தைக் கைதிகளிடம் இருந்து காப்பாற்றுவதுதான். இந்த பைசெட் மருத்துவமனையும் அந்த நோக்கத்திற்காகத் தொடங்கப்பட்டதுதான். தொடக்கத்தில் ஒரு அனாதை ஆசிரமமாக இருந்து பிறகு படிப்படியாகத் தொழு நோயாளிகள்,பாலியல் நோயாளிகள்,விலைமாதர்கள் மற்றும் மன நோயாளிகள் என சமூகத்தில் எல்லா விதத்திலும் ஒடுக்கப்பட்டவர்களுக்கான இயல்பான புகலிடமாக மாறிவிட்டது. ஒரு காலகட்டத்தில் இங்குள்ள விலைமாதர்களை வைத்து ஆண் மன நோயாளிகளை வன்புணர்வு செய்து அந்தக் குழந்தைகளை பிரெஞ்ச்சின் காலனி நாடுகளில் குடியமர்த்தியதாய் வரலாறுகள் உண்டு.

பிலிப் அந்த மருத்துவமனையின் இயக்குனர் அலுவலகத்தில் அமர்ந்திருந்தான். தடித்த பருமனான திரைச்சீலைகள் அந்தக் கண்ணாடி சன்னல்களிருந்து வந்த பனிக்காலக் குளிரைத் தனக்குள் வாங்கிக்கொண்டு அந்த விசாலமான அறைக்கு ஒரு செயற்கையான அமைதியைக் கொடுத்துக் கொண்டிருந்தது. சவரம் செ்ய்யப்பட்ட முன் வழுக்கையுடனும் திரண்டு வந்த மீசையுடனும் ஒரு நீண்ட பைப்பின் வழியாகப் புகைபிடித்துக் கொண்டு தீவிரமாக பிலிப் கொடுத்த அந்தத் தந்தியைப் படித்துக் கொண்டிருந்தார் அதன் இயக்குனர் புசின்.

“வோல்ட்டயர், புரட்சிக்காரன்தானே இவன்?”

“இப்போது அரசாங்கத்தின் பிரதிநிதி” என்றான் பிலிப் மிக நிதானமாக.

"இன்னும் எத்தனை நாட்கள் இந்த அரசாங்கம் இருக்கும் என்று பார்ப்போம்."

"வோல்ட்டயரோ இல்லை இந்த அரசாங்கமோ தற்காலிகமானதுதான். ஆனால் பிரான்ஸின் வீதிகளில் மக்களால் நிகழும் இந்தப் புரட்சியும் அது ஏற்படுத்தப் போகும் மாற்றமும் உலக சரித்திரத்தின் ஒவ்வொரு பக்கத்திலும் தவிர்க்க முடியாமல் நிறைந்திருக்கும்."

புசின் இதற்கு மேல் பிலிப்பிடம் பேச விரும்பவில்லை. பிலிப்பும்தான்.

“ஓகே டாக்டர் பிலிப் பினல். இந்த மருத்துவமனையின் சக ஊழியனாக உங்களுக்கு எனது வாழ்த்துகளைத் தெரிவித்துக் கொள்கிறேன். நாளைக் காலைப் பொழுதில் உங்களுக்காக நான் ரொட்டியுடன் காத்திருப்பேன்."

“நன்றி, திரு.ஜீன் பாப்டிஸ் புசின் அவர்களே. நாளைக் காலை சந்திப்போம்."

பிலிப்பிற்கு இந்த இடம் மிகவும் பரிச்சயப்பட்டது போல இருந்தது. எந்த ஒரு அந்நியத் தன்மையையும் அவனால் உணர முடியவில்லை. தான் ஏற்கனவே பழகிய மனிதர்கள் போலவும் தான் ஏற்கனவே நடந்த பரப்புகள் போலவும் அவனுக்குள் ஒரு நுண்ணுர்வு இருந்து கொண்டே இருந்தது. ஒரு எழுத்தாளனாக, ஒரு புரட்சியாளனாக, ஒரு மருத்துவனாக, ஒரு மனோதத்துவ நிபுணனாக தான் கடந்து வந்த பாதையில் ஏற்றுக் கொண்ட அடையாளங்களில் இருந்து கற்றுக் கொண்டது எல்லாம் இதற்காகத்தான் என்று நினைத்தான். பின்னிரவின் பெரும் பனியால் போர்த்தப்பட்ட அந்த பைசட் மருத்துவமனை அவனது வரவில் தன்னைக் கொஞ்சம் பிரகாசமாய் காட்டிக்கொண்டிருந்தது.

“ஏழாவது வார்டு உங்களுக்காக ஒதுக்கப்பட்டிருக்கிறது டாக்டர் பினல். 200 பைத்தியங்கள் உங்கள் வரவை எதிர்பார்த்திருக்கிறார்கள். மன்னிக்கவும், மனநோயாளிகள் என்று சொல்லியிருக்க வேண்டுமோ" என்றார் புசின் வெண்ணைய் தடவப்பட்ட அந்த ரொட்டியை சுவைத்துக்கொண்டே."

"மருத்துவமனையின் இயல்பு நோயாளிகளை உள்ளடக்கியது. இந்த பழம்பெரும் பைசட் எனப்படும் கட்டிடங்கள் ஒரு மருத்துவமனை என்றுதான் நினைத்திருந்தேன் டாக்டர் புசின்."

"நாம் நோயாளிகள் இல்லையே. மன்னிக்கவும், ஒரு நகைச்சுவைக்காகச் சொன்னேன்."

"ரொட்டிக்கு நன்றி டாக்டர் புசின். நான் எனது பணியை இன்றிலிருந்து துவங்குகிறேன்."

புசினின் வார்த்தைகளும் கேலிகளும் பிலிப்பிற்கு ஒன்றும் புதிதல்ல. சொல்லப்போனால் மனநலத் துறையில் ஒருவர் பக்குவத்திற்கு

வருவதற்கு இதைப் போன்ற கேலிப் பேச்சுகள் அவசியமானது என்று கருதினான் பிலிப்.

ஏழாவது வார்டு அந்த மருத்துவமனையின் ஒருங்கிணைப்பில் இருந்து சற்றே விலகியிருப்பது போல் இருந்தது. ஓரினச் சேர்க்கையாளர்களின் வார்டுக்கும் தொழுநோயாளிகளின் வார்டுக்கும் வெளியே ஒரு நூறடிக்கு அப்பால் மருத்துவமனையின் வெளிப்புறச் சுவரை நோக்கியவாறு அமைந்திருந்தது.

தரைதளத்தில் பத்து முதல் இருபது அறைகளும் மேல்தளத்தில் அதே எண்ணிக்கையில் அறைகளும் இருக்கலாம். இருநூறு மன நோயாளிகள் இருக்கும் அளவுக்கு அது விசாலமானதாக இருக்கவில்லை. வெளிச்சத்தின் எந்த ஒரு வாடையும் அந்த அறைகள் அறிந்திருக்க முடியாது. சன்னல்கள் ஏதுமற்ற அறைகள். ஒவ்வொரு அறையின் மத்தியிலும் இரும்பு சட்டத்தினாலான ஒரு கடினமான தூண். அந்தத் தூணில் நல்ல மொத்தமான இரும்புச் சங்கிலிகள் கட்டப்பட்டிருந்தன. அதன் அடுத்த முனை நோயாளிகளின் காலோடு பிணைக்கப்பட்டிருந்தது. அந்த அறையின் மத்தியிலிருந்து அதன் வெளி சாளரம்வரை அந்த சங்கிலியின் நீளம் இருந்தது. அதுவரை அந்த நோயாளி நகரலாம். அவனுக்குக் கொடுக்கப்பட்ட ஒட்டுமொத்த சுதந்திரம் அந்தப் பத்தடிதான்.

காய்ந்துபோன ரொட்டித் துண்டுகள் அந்த சாளரத்தில் சிதறிக் கிடந்தன. அதன்மீது எறும்புகளின் கூட்டம் மொய்த்துக் கொண்டிருந்தது. மிச்சமிருந்த எறும்புகள் சங்கிலி மாட்டப்பட்ட நோயாளிகளின் கால்களில் இருந்த சீழ் பிடித்த புண்களில் ஊறிக்கொண்டிருந்தன.

பிலிப் வாடிப்போயிருந்த அவர்களது கண்களையே பார்த்துக் கொண்டிருந்தான். வாழ்க்கையின் மீதான எந்த நம்பிக்கையும் அற்ற கண்கள். உலர்ந்துபோன கண்கள். அந்தக் கண்களின் வழியே அவர்களும் இதே உலகத்தைதான் பார்த்துக் கொண்டிருக்கிறார்கள். இதே பகல், இதே வெளிச்சம், இதே மனிதர்கள். ஆனால் எதுவும் இங்கே அவர்களுக்காக இல்லை. இருண்டு போன அவர்களின் வாழ்க்கையின் வெளிச்சத்தை எந்தப் பகலும் இனி திருப்பித் தரப் போவதில்லை. எல்லைகளற்று விரிந்திருந்த அந்த அறையின் இருளில் அவர்கள் இன்னும் தன்னைத் தானே தேடிக்கொண்டிருக்கிறார்கள். முடிவில்லாத தேடல்.

பிலிப் தனக்கான வேலை இங்கிருந்து தொடங்கப்பட்டதாக நினைத்தான். பனிக்காலத்தின் கடுங்குளிரில் இருந்து வசந்த காலத்திற்கான பாதையைத் தேடிப்போகும் வலிமை வாய்ந்த கால்கள் தன்னிடம் இருக்கிறது என்பதை பிலிப் தீவிரமாக நம்பத் தொடங்கினான். தான் எடுத்து வைக்கும் ஒவ்வொரு அடியும் தொலைந்துபோன நம்பிக்கைகளையும் கனவுகளையும் மீட்டெடுப்பதாக இருக்க வேண்டும் என நினைத்துக் கொண்டான்.

திருடர்களும் பிச்சைக்காரர்களும் பாலியல் தொழிலாளிகளுமான அசாதரண மனிதர்கள் நிரம்பியிருக்கும் இந்த வளாகத்தில் வெறும் நோயினால் பாதிக்கப்பட்ட சாதாரண மனிதர்கள் ஏன் இவ்வளவு கொடூரமாக நடத்தப்படுகின்றனர்? ஆரோக்கியமாய் இருப்பதாய் நாம் நினைத்துக் கொண்டிருக்கும் நமது மனநிலை ஏன் இவ்வளவு வன்மத்துடன் நடந்து கொள்கிறது? மன நோயாளிகளைப் பார்த்து நாம் உண்மையில் பயப்படுகிறோமா? ஒரு திருடனிடமும் கொலைகாரனிடமும் வராத பயம் ஏன் எந்தவித குற்றமும் செய்யாத, செய்யத் துணியாத இவர்களின் மேல் வருகிறது? ஒரு மனிதனின் குறைந்தபட்ச உரிமைகள் கூட மறுக்கப்படுவது என்ன மாதிரியான மருத்துவம்? இதுதான் இவர்களுக்கான வைத்திய முறையென்றால் உண்மையில் இதனால் அனுகூலம் அடைவது நாம்தானே தவிர அவர்கள் இல்லை.

மறுநாள் காலை பிலிப் புசினின் அறையில் சென்று பார்த்தான். அதிகாலைப் பனி அந்த விலையுயர்ந்த திரைச்சீலைகளின் வழியே அந்த அறை முழுதும் கசிந்து கொண்டிருந்தது. நுண்ணிய வேலைப்பாடுகள் நிறைந்த மரச் சட்டங்கள் மற்றும் ஓவியங்கள் அந்த அறை முழுதும் நிரம்பியிருந்தது. புசின் இயல்பிலேயே நிறைய ரசனை உடையவனாக இருக்க வேண்டும். விசாலமான அந்த அறையை புசின் தனது பிரமாண்டமான இருப்பினால் மறைத்துக் கொண்டிருந்தான்.

"காலை வணக்கம் டாக்டர் பினல்."

பிலிப் எந்த பதில் வணக்கமும் இன்றி நேரடியாகத் தான் பார்க்க வந்த விசயத்தை சொன்னான்: " நோயாளிகள் சங்கிலிகளால் கட்டப்படுவது பிரான்ஸின் புதிய கொள்கைகளுக்கு முரணானது. புதிய கொள்கைகளின் பயன், அதனால் ஏற்படுத்தப்பட்ட மாற்றம் எல்லா இடத்திற்கும் எல்லா மனிதர்களிடத்திலும் சீராகப் பரவ வேண்டும். இந்த பைசட் உட்பட. இங்கிருக்கும் மன நோயாளிகள் உட்பட."

"மாற்றங்களுக்கு நான் எதிரானவன் கிடையாது டாக்டர் பினல். ஆரோக்கியமான மாற்றங்களைக் கண்மூடிக்கொண்டு எதிர்க்கும் மத அடிப்படைவாதி நான் இல்லை என்பதை நீ கூடிய விரைவில் புரிந்து கொள்வாய் என நம்புகிறேன். ஆனால் சங்கிலிகள் அகற்றப்படுவதை இப்போது அனுமதிக்க முடியாது. ஏனென்றால் அதனால் ஏற்படப் போகும் விளைவுகள் சூழ்நிலையை இன்னும் கடினமானதாகத்தான் மாற்றும். மாறாக, உங்கள்மீது உங்களுக்கு நம்பிக்கை இருந்தால், வோல்ட்டயர் உங்கள்மீது வைத்திருக்கும் நம்பிக்கை உண்மையாக இருந்தால், உங்களுடைய புதிய வைத்திய முறையில் தீர்வு இருக்கும் என்று நீங்கள் நினைத்தால், இருநூறு நோயாளிகளில் ஒரே ஒரு நோயாளியை முடிந்தால் குறிப்பாக, அந்த டான் டான் என்னும் பெண் நோயாளியை உங்கள் வைத்திய முறையால் குணமாக்கி விட்டு வாருங்கள். இருவரும் சேர்ந்து

சங்கிலிகளை உடைப்போம். இங்கு மட்டுமல்ல, பிரான்ஸின் எல்லா மூலைகளிலும்." புசின் கவனமாகவும், கச்சிதமாகவும் அதே நேரத்தில் பிலிப்பின் எந்த ஒரு நம்பிக்கையையும் சிதைக்காமல் சொன்னான்.

பிலிப்பிற்கு புசின் சொன்னது கொஞ்சம் ஆறுதலாக இருந்தது.பிலிப்பின் யோசனையை அவன் முற்றாக நிராகரிக்கவும் இல்லை ஆனால் ஆதரிக்கவும் இல்லை, அவன் இடத்தில் இருந்து அவனால் பிலிப்பிற்குக் கொடுக்க முடிந்த சுதந்திரம் இதுதான். இந்தப் பரப்பில்தான் பிலிப் பயணிக்க முடியும், பயணிக்க வேண்டும்.

அறை எண் 707. அந்த ஏழாம் வார்டின் நிசப்தமான முதல் தளம். எல்லா அறைகளும் போல கதவுகள் ஏதுமற்ற தனித்துவிடப்பட்ட அறை. இருள் மட்டுமே அங்கு நிரந்தரம். பகலின் எந்த அடையாளமும் அந்த அறையின் மிக கடினமான சுவரைத் தாண்டிச் செல்ல முடியாது. டான் டான் கால்கள் சங்கிலியால் கட்டப்பட்ட நிலையில் ஒருக்களித்துப் படுத்துக் கிடந்தாள். அரவமற்ற அந்த அறையின் நெடு நாளைய அமைதி கலைக்கப்பட்டதில் கூட அவளுக்கு எந்த ஈடுபாடும் இல்லாது கிடந்தாள். நைந்து போயிருந்த கம்பளியாலான அவளது உடை அவளது உடலில் இருந்து முக்கால் பாகம் தன்னை விடுவித்துக் கொண்டிருந்தது. முகத்தை மட்டும் போர்வைக்குள் முழுமையாக நுழைத்துக் கொண்டிருந்தாள். அவளது தலை மயிர் ஒன்றோடொன்று ஒட்டிக்கொண்டு ஒரு முறம் ஏறிய சணல் போல இருந்தது. பிலிப் அவளது முகத்தைப் பார்க்க முயன்றான். அவள் கம்பளியை இன்னும் கொஞ்சம் இழுத்து கழுத்து வரை மூடிக் கொண்டாள்.

பிலிப் "போலா, போலா" என்றான். பிலிப்பிற்கு அவளது இயற்பெயர் தெரிந்திருந்தது. இன்னும் சில விசயங்களைக்கூட தெரிந்துகொண்டு வந்திருந்தான். போலாவிற்கு நாற்பத்தைந்து வயது இருக்கலாம். இங்கு வரும்போது அவளுக்கு இருபதியிரண்டு வயது. அதுவரை நன்றாகப் பேசிக் கொண்டு இருந்தவளுக்குத் திடீரென ஒரு நாள் கடுமையான ஜுரம். அதனைத் தொடர்ந்து கொஞ்ச நாள் குழப்பமாகப் பேசியிருக்கிறாள். யாரையும் அடையாளம் தெரியவில்லை. பிறகு சுத்தமாகப் பேசுவதையே நிறுத்தி விட்டாள். அருகில் இருந்த தேவாலயம் உத்தரவுப்படி இங்கு கொண்டு வந்து விட்டு விட்டார்கள்.

போலா இங்கு வந்த புதிதில் மிகவும் பயந்து போய் இருந்திருக்கிறாள். சில நாட்கள் கழித்து அவளே தனியாக "டான் டான்" என்று சொல்லத் தொடங்கியிருக்கிறாள். அதன் பிறகு யார் என்ன கேட்டாலும் "டான் டான்" என்று மட்டும் சொல்லுவாள். ஒரு கட்டத்தில் போலா இங்கு இருந்த ஆண் ஊழியர்களால் பாலியல் ரீதியாக துன்புறுத்தப்பட்டிருக்கிறாள். அதன் பிறகுதான் அவளோடு முரட்டுத்தனம் சேர்ந்து கொண்டது. முரட்டுத் தனம் என்றால் சாதாரணமாக அல்ல. ஒரு ஆண் ஊழியரைத் தனது சங்கிலியாலே கழுத்தை நெறித்தே கொன்றிருக்கிறாள். அதிலிருந்து யாரும் அவளது அறைக்குச் செல்வதில்லை.

ஒரு அரைமணி நேரம் பிலிப்பின் தொடர்ச்சியான அழைப்பிற்குப் பிறகு போலா போர்த்தியிருந்த கம்பளி மெலிதாக விலகியது. போலா மெதுவாகத் தலையைக் கம்பளிக்குள் இருந்து வெளியே எடுத்தாள். பிலிப் அழைப்பதை நிறுத்திவிட்டு அவளையே பார்த்துக் கொண்டிருந்தான். அவனுக்குக் கொஞ்சம் படபடப்பாக இருந்தது. போலா கண்களை மெதுவாகத் திறந்தாள்.அவள் காலில் பூட்டப்பட்டிருந்த சங்கிலிகள் அசையும் சத்தம் அந்த அறையின் ஒட்டுமொத்த அமைதியையும் கிழித்துக் கொண்டு அவ்வளவு சத்தமாக பிலிப்பிற்குக் கேட்டது. போலா நிதானமாகக் கண்களைத் திறந்து பிலிப்பை பார்த்தாள். தனது கைகளைத் தரையில் ஊன்றி தவழ்ந்து தவழ்ந்து பிலிப்பின் அருகில் வந்தாள். பிலிப் அசையாமல் இருந்தான். பிலிப்பின் கண்களைச் சற்று நேரம் பார்த்துக் கொண்டிருந்தவள் சடாரென வறண்டு போயிருந்த தனது வாயிலிருந்த ஒட்டுமொத்த எச்சிலையும் காறி எடுத்து பிலிப்பின் முகத்தின்மீது துப்பினாள். பிறகு தனது மிக கடினமான குரலில் “டான் டான்” என அந்த அறையே அதிருமாறு கத்திவிட்டுத் திரும்பவும் பழையபடி போய் அந்தப் போர்வைக்குள் தன்னை நுழைத்துக் கொண்டாள்.

பிலிப் எச்சிலும் நோய் தொற்றிய சளியும் சேர்ந்து தனது முகத்தில் நுரை நுரையாய்ப் பொங்கிய அந்த வழவழப்பான சளியை முகத்திலிருந்து வழித்து எடுத்தான். பின் வெளியே சென்று முகத்தைக் கழுவிக் கொண்டான். அங்கு உள்ள எல்லா நோயாளிகளும் இவனையே பார்த்து சிரிப்பது போலிருந்தது. எல்லோரும் தங்கள் கால்களை வேக வேகமாக அசைத்து சங்கிலிகளை தரையினில் உராயச் செய்து பெரும் சத்தத்தினை எழுப்பிக் கொண்டிருந்தனர். சங்கிலிகளின் சத்தத்தினை வைத்து அவர்கள் எல்லோரும் அவர்களுக்கு மட்டும் புரியும் வகையில் ஒரு ஒற்றை மொழியை உருவாக்கி வைத்திருப்பதாய் பிலிப் நினைத்தான். கட்டப்பட்ட சங்கிலிகள் அவர்கள் காலோடு மட்டுமல்ல, மனதோடும் பிணைந்திருப்பதாய் அவனுக்குப் பட்டது.

அந்த நிகழ்வுக்குப் பிறகு பிலிப் பெரும்பாலான பொழுதுகளை அந்த வார்டில்தான் கழித்தான். யாராவது ஒரு நோயாளியுடன் பேசிக் கொண்டிருப்பான். தனது ரொட்டியை அன்று அந்த நோயாளியுடன் பகிர்ந்து கொள்வான். நிறைய பேருக்கு பிலிப் மீதிருந்த பயம் கொஞ்சம் கொஞ்சமாக விலகத் தொடங்கியிருந்தது. பிலிப் அவர்களுடன் நிறையவே நெருங்கியிருந்தான்.

சிதைந்துபோன அவர்களின் மனங்களிலிருந்து அப்பழுக்கற்ற முழு நம்பிக்கையை மட்டும் மீட்டெடுக்க வேண்டும். அது மட்டும்தான் பிலிப்பிற்குத் தேவையானதாக இருந்தது. ஒருவருடைய நம்பிக்கையை மீட்டெடுக்க வேண்டுமென்றால் முதலில் நாம் அவர்களை நம்ப வேண்டும். அவர்களை முழுமையாகப் புரிந்துகொள்ள வேண்டும். அவர்களின் உணர்வுகளை அங்கீகரிக்க வேண்டும். ஒருவருடைய தேவைகள் எப்போதும் மாறக்கூடியது. தேவைகள் தற்காலிகமானது.

தேவைகளை மட்டும் பூர்த்தி செய்வது எப்போதும் எல்லா பிரச்சினைகளுக்கும் தீர்வாகாது. அன்பும் கருணையும் தோழமையும் மட்டுமே எப்போதும் எல்லோருக்கும் மாறாத தேவைகள். வற்றாத தேவைகள். சலிக்காத தேவைகள். பிலிப் அதை நன்றாகப் புரிந்து வைத்திருந்தான். அதனால்தான் புறக்கணிக்கப்பட்ட அவர்களின் வாழ்க்கையின் இருள் சூழ்ந்த தனிமைக்குள் அவனால் எளிதாகச் செல்ல முடிந்தது.

பிலிப்புசினிடம் பேசி எல்லோருடைய அறைக்குள்ளும் விசாலமான பிரெஞ்ச் சன்னல்களை ஏற்படுத்தியிருந்தான். சூரியனின் அளவற்ற அதிகாலையின் வெளிச்சம் எல்லோருடைய அறையிலும் நிரம்பியிருந்தது. சங்கிலிகளை விலக்கி காயத்திற்கு மருந்திட்டான். எல்லோருடைய கால்களிலும் இருந்த சீழ் பிடித்த புண்கள் ஆறத்தொடங்கியது. நோயாளிகள் தங்களுக்குள் உறவாடுவதை பிலிப் எப்போது உற்சாகப்படுத்துபவனாய் இருந்தான். பிலிப்பின் காதுகள் ஓயாமல் கேட்டுக் கொண்டேயிருந்தன. புரிந்த, புரியாத, வகை வகையான கதைகள் ஏதோ ஒரு வகையில் பிலிப்பிடம் சொல்ல எல்லோருக்கும் அங்கே நிறைய கதை இருந்தது. பிலிப் புரிந்துகொண்டானா இல்லையா என்று தெரியாது. ஆனால் கேட்டான். அவர்களுக்குத் தேவை, சொல்லமுடியாத அல்லது சொல்லத்தோணாத தங்களின் கதைகளுக்கெல்லாம் ஒரு வடிகால். பிலிப்பின் காதுகள் அத்தனை பெரிய வடிகாலாக இருந்தது. அதைத்தான் எல்லோரும் விரும்பினார்கள், பிலிப் உட்பட.

போலாவின் அறையிலும் சில மாற்றங்களைச் செய்திருந்தான். அறையின் பின்புறமாக ஒரு மர சன்னல் மற்றும் பக்கவாட்டுச் சுவற்றில் போலா படுத்திருக்கும் இடத்திற்கு நேரெதிராக ஒரு ஆளுயரக் கண்ணாடியும் பொருத்தியிருந்தான். கண்ணாடியை மட்டும் போலா உடைத்துப் போட்டிருந்தாள். உடைந்துபோன கண்ணாடியின் சில்கள் அந்த அறை முழுதும் தெறித்துக் கிடந்தது. தனது முகத்தை அவள் கண்ணாடியில் பார்த்திருக்கக் கூடும். சிதைந்து போயிருந்த முகமும் காய்ந்துபோய் ஒருவித சாம்பல் நிறத்திலிருந்த அவளது முடிக்கற்றையையும் அவள் பார்த்திருக்கக்கூடும். பல வருடங்களுக்கு முன்பிருந்த அழகான போலாவோடு அவள் ஒப்பிட்டிருக்க வேண்டும். அவள் நினைத்துப் பார்க்க முடியாத அல்லது அப்படித் தோணாத தனது வாழ்க்கையை ஒரு கண்ணாடி பிரதிபலிப்பதை அவளால் ஏற்றுக் கொள்ள முடியாமல் போயிருக்கலாம். பிலிப் விரும்பியது அதுதான். நிகழ்காலத்தின் மறுக்க முடியாத உண்மையை அவள் தெரிந்துகொள்ள வேண்டும். ஏற்றுக்கொள்ள வேண்டும். எந்தவித தயக்கமும் சமாளிப்பும் இன்றி அவள் நம்ப வேண்டும். வாழ்க்கையின் பாதையை நம்மால் எப்போதும் நிர்மாணிக்க முடியாது. பாதையின் தன்மையைப் பொறுத்து அதில் பயணம் செய்ய நம்மை நாம் பக்குவப்படுத்திக்கொள்ள வேண்டும் என்பதை போலாவுக்கு உணர்த்துவதுதான் அவனது முதல்

திட்டமாகயிருந்தது. அதை அந்தக் கண்ணாடியின் வழியே ஓரளவு செய்தும் முடித்தான்.

போலாவிடம் கொஞ்சம் கொஞ்சமாக மாற்றம் வரத் தொடங்கியது. எப்போதும் எல்லோரிடமும் ஏதாவது ஒன்றைப் பேசிக் கொண்டும் கேட்டுக் கொண்டும் இருக்கும் பிலிப்பை அவள் அவன் அறியாதபோதெல்லாம் கவனிக்கத் தொடங்கினாள். தாதி தன்னைக் குளிப்பாட்டவும் தனது கூந்தலைச் செம்மைப்படுத்தவும் அனுமதி கொடுத்தாள். முன்பு போல ஆர்ப்பாட்டம் செய்வதில்லை. உடைந்த அந்தக் கண்ணாடி வழியாகத் தனது பொலிவடைந்து வரும் முகத்தினை அடிக்கடி பார்க்கத் தொடங்கினாள். காலில் கட்டப்பட்ட சங்கிலியை அவ்வபோது ஆசையாய் தடவிக் கொடுத்தாள். போலாவின் அறையின் முன் ஒரு மணல் சட்டியில் ரோஜா செடியினை பிலிப் வளர்த்து வந்தான். அதற்கு போலா அடிக்கடி தண்ணீர் ஊற்றத் தொடங்கினாள். பெரும்பாலான நேரங்களில் சாளரத்தில் அமர்ந்துகொண்டு எல்லோரையும் வேடிக்கை பார்த்துக் கொண்டிருந்தாள். முக்கியமாக போலா இப்போதெல்லாம் டான் டான் என்று சொல்வதில்லை.

போலாவிடம் ஏற்பட்ட மாற்றத்தை எல்லோரும் அவள் அறியாமல் கவனிக்கத் தொடங்கினர். எல்லோருக்கும் போலாமீது ஏதோ ஒரு பரிவு இருந்தது. பிலிப் அவர்களுக்கு இடையில் நிகழ்ந்து கொண்டிருக்கும் இந்தப் பரிபூரண அன்பை, பிரியத்தை, கருணையை அமைதியாக ரசித்துக் கொண்டிருந்தான்.

ஒரு மத்தியான நேரத்தில் புசினிடம் இருந்து பிலிப்பிற்கு அழைப்பு வந்தது.

"வாருங்கள் டாக்டர் பினல். நீங்கள் விரும்பிய காலம் வந்தேவிட்டது." புசின், பிலிப்பை அத்தனை அன்போடு வரவேற்றான்.

"நன்றி டாக்டர் ஜீன் பாப்டிஸ் புசின். நீங்கள் இல்லாமல் இங்கு எதுவும் சாத்தியம் கிடையாது. உங்களைப் போல ஒரு இயக்குனர் பிரான்சின் அத்தனை மருத்துவமனைகளுக்கும் அமைய வேண்டும்."

"நன்றி. இன்னும் ஒரு மாதத்தில் ஏழாவது வார்டின் அத்தனை நோயாளிகளைப் பற்றியும் ஒரு ரிப்போர்ட் தயார் செய்து விடுங்கள். மாகாணத்தின் கவர்னர் முன்னிலையில் உங்களது ரிப்போர்ட்டைத் தாக்கல் செய்ய வேண்டும், அதுவும் உங்களது கனிவான குரலில். அன்றே நீங்கள் விரும்பியபடி கவர்னர் முன்னிலையில் அவரின் அனுமதியோடு அனைத்து நோயாளிகளின் சங்கிலிகளும் அகற்றப்படும். வாழ்த்துகள் டாக்டர் பினல்."

"நன்றி. ஆனால் சங்கிலிகள் அகற்றப்படுவதில் எனக்கு உடன்பாடு இல்லை. உடைக்கப்பட வேண்டும். வலிமையான கோடாரி போன்ற இரும்பு ஆயுதத்தைக் கொண்டு உடைக்கப்பட வேண்டும். ஏனென்றால் உடைபடப் போவது சங்கிலிகள் மட்டுமல்ல, அதிகாரம். எளிய

மனிதர்கள் மீது காலம் காலமாக மதத்தின் பெயராலும், கடவுளின் பெயராலும் நிறுவப்பட்ட அதிகாரம் அது உடைபடுவதுதான் பொறுத்தமாக இருக்கும் டாக்டர் புசின்." பிலிப் தனது இயல்புக்கு மாறாக மிகுந்த உணர்ச்சிவசப்பட்டுப் பேசினான்.

"நிச்சயமாக பிலிப், இருவரும் சேர்ந்தே உடைப்போம்."

சங்கிலிகள் உடைக்கப்படப் போவது அந்த ஏழாவது வார்டில் உள்ள அத்தனை நோயாளிகளுக்கும் தெரிந்திருந்தது. அவர்கள் தங்களது மகிழ்ச்சியை ஏதோ ஒரு வகையில் வெளிப்படுத்திக் கொண்டிருந்தனர். சிலர் சத்தமாகத் தங்களுக்குத் தெரிந்த பாட்டைப் பாடிக்கொண்டிருந்தனர். சிலர் சுவர்களில் ஏதேதோ கிறுக்கிக் கொண்டிருந்தனர். மற்றும் சிலர் சங்கிலிகளை வேக வேகமாக இரும்புத் தூணின் மீது மோதவிட்டு சத்தத்தை ஏற்படுத்திக் கொண்டிருந்தனர். போலா முடிந்தவரை தனது உணர்ச்சிகள் யாருக்கும் தெரியாமல் மறைத்துக் கொண்டிருந்தாள். தன்னை உணர்ச்சியற்றவளாய்க் காட்ட வேண்டும் என்பதில் தீவிரமாக இருந்தாள். ஆனால் எப்போதாவது பிலிப்பை பார்க்கும்போது அவளால் அப்படி இருக்க முடிவதில்லை. அந்த நேரத்தில் தனக்கு உள்ளேயே யாருக்கும் கேட்காதபடி "டான் டான்" என சொல்லிக் கொள்வாள். அவளால் அதிகபட்சமாக வெளிப்படுத்த முடிந்த உணர்ச்சி அது மட்டும்தான்.

பைசட் மருத்துவமனை வழக்கத்திற்கு மாறாக அன்று காலையிலிருந்தே பரபரப்பாக இருந்தது. அங்கிருந்த மரங்களில் பூத்திருந்த போகன்வில்லா பூக்களும் அதன் மீது தூவப் பட்டிருந்த அதிகாலைப் பனியும் அந்த மருத்துவமனைக்கு ஒருவித ரம்மியத்தைக் கொடுத்துக் கொண்டிருந்தது. பிலிப் தனது இறுதிக் கட்ட அறிக்கையை சரிபார்த்துக் கொண்டிருந்தான். புசின் கவானரின் வருகையை எதிர்பார்த்து தனது அறையில் அமர்ந்திருந்தான். பிலிப் கேட்ட அந்தக் கடினமான கோடாரி போன்ற இரும்பிலான ஆயுதம் புசினின் மேசையில் கிடத்தப்பட்டிருந்தது. அதைப் பார்த்து புசின் தனக்குள்ளாகச் சிரித்து கொண்டான்.

"குட் மார்னிங் சார், கவர்னர் வந்து விட்டார். உங்களது அலுவலகம் நோக்கி வந்து கொண்டிருக்கிறார்." புசினின் பணியாள் அத்தனை பனிவுடன் புசினிடம் சொன்னான்.

"நல்லது,நீ போய் பிலிப்பை எனது அறைக்கு அழைத்து வா."

புசின் வாசல் வரை சென்று கவர்னரை வரவேற்றான். " வெல்கம் டூ பைசட் ஆஸ்பிட்டல் சார்."

"நன்றி டாக்டர் ஜீன் பாப்டிஸ் புசின். உங்களின் இந்த வரலாற்றுச் சிறப்பு மிக்க பணியினில் கலந்து கொள்வது எனக்குப் பெருமிதமான ஒன்று."

"நன்றி மேதகு கவர்னர் அவர்களே,எல்லா பாராட்டுகளுக்கும் உரியவன் உங்களை வரவேற்க வந்து கொண்டிருக்கிறான். அவன்

பெயர் டாக்டர் பிலிப் பினல்." புசின் சொல்லிக் கொண்டிருக்கும் போதே பிலிப் உள்ளே வந்தான்.

"இவர்தான் டாக்டர் பிலிப் பினல். முடிந்து போனதாய் நினைத்த இருநூறு நோயாளிகளின் வாழ்க்கையைத் திருப்பிக் கொடுத்தவன். கால்கள் கட்டப்பட்ட நிலையில் சக மனிதன்மீதான அத்தனை நம்பிக்கைகளையும் தொலைத்தவர்களுக்கு நம்பிக்கையின் தூய ஒளியைக் காட்டியவன்." புசினின் இந்த அறிமுகத்தில் பிலிப் கொஞ்சம் தடுமாறிப் போனான்.

"நல்லது டாக்டர் பிலிப் பினல். வோல்ட்டயர் உங்களைப் பற்றி சொல்லியிருக்கிறான். உங்களது உளவியல் சித்தாந்தங்களில் வோல்ட்டயருக்கு எப்போதும் அளவிட முடியாத ஈடுபாடு உண்டு."

மூவரும் சிறிது நேரம் மனநோயைப் பற்றிய பிலிப்பின் பார்வையையும், மாற்ற வேண்டிய மருத்துவ முறைகளைப் பற்றியும் பேசிக் கொண்டிருந்தார்கள். பிலிப், மனதில் ஏற்படும் அத்தனை சிக்கல்களுக்கும் உளவியல் ரீதியாகத் தீர்வு உண்டு. அதற்கு நாம் அளவற்ற கருணையோடும் பொறுமையோடும் அவர்களோடு உரையாடத் தயாராக இருக்க வேண்டும் என்று சொல்லிக் கொண்டிருந்தான்.

அதன் பிறகு பிலிப்பின் விருப்பப்படியே சங்கிலிகள் உடைக்கப்பட்டன. முதலில் போலாவின் சங்கிலிதான் உடைக்கப்பட்டது. பிலிப் அத்தனை கவனமாய் அதே நேரத்தில் அத்தனை ஆர்வமாய் அவளது கால்களில் பிணைக்கப்பட்டிருந்த அந்த சங்கிலியெனும் அதிகாரத்தை உடைத்தான். அதன் பிறகு தொடர்ச்சியாக அத்தனை நோயாளிகளின் சங்கிலிகளும் உடைக்கப்பட்டன. எல்லோரும் அவ்வளவு ஆசையாக சங்கிலிகள் அற்ற தங்களது கால்களைத் தடவிக் கொடுத்தனர். அந்த வெற்று மணற்பரப்பில் தங்களால் முடிந்த வரை ஓடிப் பார்த்தனர். போலா அமைதியாக பிலிப்பையே பார்த்துக் கொண்டிருந்தாள். அவளுக்கு பிலிப்பிற்கு நன்றி சொல்ல வேண்டும் போல இருந்தது. தனது மனதுக்குள்ளே டான் டான் என சொல்லிக் கொண்டாள். பிலிப்பிடம் மன்னிப்பு கேட்க வேண்டும் போல இருந்தது. திரும்பவும் டான் டான் என சொல்லிக் கொண்டாள்.

கவர்னர் ஒரு வரலாற்றுச் சிறப்பு மிக்க வீழாவை முடித்த திருப்தியோடு புசினிடம் அரசாங்க முத்திரை பதித்த அந்தக் கடிதத்தை கொடுத்தார். "டாக்டர் புசின்,உங்களையும் டாக்டர் பிலிப்பையும் Salpetriere Hospital க்கு மாற்றல் செய்து உத்தரவிடுகிறேன்.உங்களின் இந்த அளப்பரிய சேவை பிரான்ஸ் முழுவதும் பரவ வேண்டும். அதன் நீட்சியாக உலகம் முழுமைக்கும்."

புசின் அதனை மகிழ்ச்சியோடு ஏற்றுக் கொண்டான். பிலிப்பிற்குக் கொஞ்சம் வருத்தமாக இருந்தாலும் அவன் செய்ய வேண்டிய கடமைகளையும் வோல்ட்டயர் தன்மீது வைத்திருக்கும்

நம்பிக்கையையும் கருத்தில் கொண்டு மாற்றல் உத்தரவினை ஏற்றுக் கொண்டான்.

அடுத்த நாள் ஏழாவது வார்டில் உள்ள நோயாளிகள் அனைவருக்கும் பிலிப் மாற்றலாகிப் போகப் போவது தெரிந்திருந்தது. எல்லோரும் பிலிப்பின் கையை ஆசையோடு பிடித்துக் கொண்டனர். சிலர் அவனைக் கட்டி அணைத்துக் கொண்டனர். பிலிப் போலாவின் அறைக்குச் சென்றான். அங்கு அவள் ரோஜா செடிக்குத் தண்ணீர் ஊற்றிக் கொண்டிருந்தாள். அவளுக்கும் விசயம் தெரிந்திருந்தது. பிலிப்பின் முகத்தைப் பார்ப்பதைத் தவிர்த்தாள்.

"நன்றி போலா, உன்னால்தான் இங்கு அத்தனையும் சாத்தியம் ஆயிற்று. என்மேல் எனக்கு மிகப்பெரிய நம்பிக்கையைக் கொடுத்தாய். எதிர்காலத்தில் என்னால் நிகழப்போகும் அத்தனை மாற்றங்களுக்கும் நீயே உந்துதலாய் இருப்பாய். இந்த பிரான்ஸில் ஒவ்வொரு மனநோயாளியின் சங்கிலி என்னால் உடைக்கப்படும்போதும் என் கண்முன் நீதான் வந்து நிற்பாய். இப்போது நான் கிளம்புகிறேன். ஆனால் ஒரு நாள் திரும்பி வருவேன், இந்த பைசட்டைப் பார்க்க. பொலிவடைந்திருக்கும் உன் முகத்தைப் பார்க்க நான் கட்டாயம் வருவேன்." பிலிப் சொல்லி முடித்தான்.

போலாவினால் திரண்டு வரும் கண்ணீரைக் கட்டுப்படுத்த முடியவில்லை. மிக மென்மையான குரலில் அவன் முகத்தைப் பார்க்காமல் "டான் டான் டான்.." என்றாள். அவள் கண்களில் இருந்து திரண்டு வந்த ஒரு கண்ணீர் ஒரு சொட்டு பூக்கத் தொடங்கியிருந்த அந்த ரோஜா மொட்டின் மீது விழுந்து சிதறியது.

பிலிப், அவள் அழுவதைக் கவனித்தான். பிலிப்பை பொறுத்தவரை அது கண்ணீர் மட்டும் அல்ல, அவனால் மீட்டெடுக்கப்பட்ட அவளுடைய பேருணர்ச்சியின் சிறு வெளிப்பாடு.

நினைவுகள்

யாரோ கதவைத் தட்டும் சத்தம் கேட்டு லலிதா புரண்டு படுத்தாள். அதிகாலையின் வெளிச்சம் மூடப்பட்டிருந்த சன்னல் கதவுகளுக்கிடையே கசிந்துகொண்டிருந்தது.

மெலிதாகப் போர்வையை விலக்கிப் பார்த்தாள். அவளது கணவன் அந்த கட்டில் முழுக்க அலங்கோலமாகப் படுத்துக் கிடந்தான். லலிதா அந்த கட்டிலின் ஓரமாக அவனிடமிருந்து நன்றாக விலகிப் படுத்திருந்தாள்.

திரும்பவும் கதவு தட்டும் சத்தம் கேட்டது. யாரும் திறப்பது போல் இல்லை. இன்னும்கூட யாரும் எழுந்துவிட்ட மாதிரி தெரியவில்லை. இவளுக்குச் சுடச் சுட ஒரு காபி குடிக்க வேண்டும் போலிருந்தது. இதே இவளது வீடாக இருந்தால், அவளது அப்பா அவரே காபி போட்டுக் கொண்டுவந்து இவளை அத்தனை வாஞ்சையுடன் எழுப்பியிருப்பார்.

திருமணம் முடிந்து நான்கு நாட்கள்தான் ஆகிறது. நேற்று இரவுதான் அவளது வீட்டில் இருந்து கிளம்பி கணவனோடு இந்த வீட்டிற்கு வந்திருக்கிறாள். அப்பாவும் அம்மாவும் இவள் கிளம்பி வரும்போது அழுததை நினைத்துப் பார்த்தாள். அதை வருத்தம் என்று சொல்ல முடியாது, அதே நேரத்தில் அதை சந்தோஷம் என்றும் சொல்ல முடியாது.

அவளது கணவன் தனது அப்பாவிடம் ஒன்றும் அத்தனை நன்றாகப் பேசவில்லை. அப்பாவே வலிந்துபோய் பேசிய போதும் கூட அவன் ஓரிரு வார்த்தையில்தான் பதில் சொன்னான். அது அப்பாவிற்கு நிச்சயம் நெருடலாகத்தான் இருந்திருக்கும். ஆனால், அவர் அதை வெளியே காட்டிக்கொள்ளவில்லை. இயல்பாக இருப்பது போலவே இருந்தார். ஆனால் அப்பாவைப் பற்றி இவளுக்குத் தெரியாதா என்ன?

திரும்பவும் கதவு தட்டும் சத்தம், இவள் நினைவில் இருந்து மீண்டவளாய் எழுந்து, இரவின் சோம்பலை முறித்துக்கொண்டு, அத்தனை அசதியாகச் சென்று கதவைத் திறந்தாள்.

ஒரு கிழவி நின்றுகொண்டிருந்தாள். திண்ணையின் சுவரை ஒரு கையில் பிடித்துக்கொண்டு, சற்று அண்ணாந்து கண்களை நன்றாக விரித்து இவளை யார் என அடையாளம் காண முயற்சித்துக் கொண்டிருந்தாள்.

"வாத்தியாருக்கு காபி கொடுத்தியா?" என்ற கிழவியின் முகத்தில் இவளை அடையாளம் கண்டுகொள்ளாத ஏமாற்றம் தெரிந்தது.

லலிதாவிற்கு ஒன்றும் புரிபடவில்லை. 'வாத்தியாரா? இங்கு யார் வாத்தியார்? அவள் கணவன் ஏதோ பாங்கில் வேலை பார்க்கிறான் என்றுதான் சொன்னான். அவனது அப்பா ஏதோ அரிசி கடை வைத்திருப்பதாய்த்தானே சொன்னார்கள்' என மனதுக்குள் நினைத்துக்கொண்டே, "எந்த வாத்தியார்?" என்றாள்.

கிழவி அவளுக்கு பதில் சொல்லவில்லை. இவள் பேசியது அவளது காதில் விழுந்த மாதிரியே தெரியவில்லை. "சக்கரை கொஞ்சம் கம்மியாப் போடு, வயசான மனுஷன்" என்றாள்.

லலிதாவிற்கு கோபம் எட்டிப் பார்த்தது. 'வாத்தியாரே இங்க இல்லங்கறேன் கிழவி சக்கரை கம்மியாப் போடுங்குது' என நினைத்துக்கொண்டே திரும்பவும் "எந்த வாத்தியார்?" என்றாள்.

"என்னது தூங்குறாரா" என்றாள் கிழவி. சொல்லிவிட்டு இரண்டு படி கீழே இறங்கி, சிமெண்ட் திண்ணையில் ஆசுவாசமாய் அமர்ந்துகொண்டாள்.

லலிதா அவளையே ஆச்சர்யமாய் பார்த்தாள். 'யாரிந்த கிழவி? காலையிலேயே வந்து நம் வீட்டில் யாருக்கோ காபி கொடுக்கச் சொல்கிறாள்? பக்கத்து வீடா? இல்லை ஏதாவது கிறுக்குப் பிடிச்ச கிழவியா?' என யோசித்தாள்.

அதற்குள் உள்ளிருந்து அவளது மாமியார் அழைத்தாள். "கிழவி காலையிலே வந்திருச்சா? காலையிலேயே இதுகூட ரோதனையாப் போச்சு. நீ போய் எல்லாருக்கும் காபி போட்டு எடுத்துப் போய் குடு" என்றாள்.

சொல்லிவிட்டு ஒரு கணம் யோசித்துவிட்டு, "காபி போட தெரியும்ல" என்றாள் அதிகாரமாய்.

"ம்ம்... தெரியும் அத்த" என்றாள் லலிதா பவ்யமாய். அவளுக்கு மாமியாரின் அந்த தோரணையான பேச்சு கொஞ்சம்கூட பிடிக்கவில்லை.

"அத்த, யாரோ வாத்தியாருக்கு காபி கொடுத்தியானு அந்த பாட்டி கேட்டாங்க. யாரு இங்க வாத்தியார் அத்த?"

"அது ஒரு கிறுக்குப் புடிச்ச கிழவி. நீ போய் காபி போட்ற வேலையப் பாரு" என்று சொல்லிவிட்டுப் படுக்கையறைக்குள் விறுவிறுவென சென்றுவிட்டாள். அவளுக்கு மருமகள் அவளை கேள்வி கேட்டது சுத்தமாகப் பிடிக்கவில்லை.

லலிதா சமையலறைக்குச் சென்று எல்லாவற்றையும் நிதானமாக ஒருமுறை பார்த்தாள். எதுவுமே ஒழுங்குடன் இல்லை. அவள் வீட்டுச் சமையலறை அத்தனை ஒழுங்குடன் இருக்கும். அம்மாவிற்கு எதுவும் கலைந்து கிடந்தால் பிடிக்காது. அதுமட்டும் இல்லாமல் அதுஅது அந்தந்த இடத்தில் இருக்க வேண்டும் என நினைப்பாள்.

லலிதா ஏதாவது சமைத்துவிட்டு வந்தால்கூட, அம்மா அவ்வளவு நிதானமாய் எல்லாவற்றையும் அந்தந்த இடத்தில் எடுத்து வைப்பாள். “போற எடத்துல இப்படி எல்லாம் கலைச்சுப் போட்டு வேலை செய்தா, என்னப் பத்தி என்ன நினைப்பாங்க?” என்று லலிதாவைத் திட்ட வேறு செய்வாள்.

ஆனால், இந்த வீட்டில் அந்தப் பிரச்சினை இல்லை.

லலிதாவிற்கு இந்த சமையலறை அந்நியமாய்த் தெரிந்தது. சமையலறை மட்டுமல்ல, இங்குள்ள மனிதர்கள் எல்லோருமே அந்நியமாய்த் தெரிந்தார்கள். யாரும் முகம் கொடுத்துப் பேசுவதில்லை.

‘புதிதாக வீட்டிற்கு வந்திருக்கும் ஒரு பெண்ணிற்கு எவ்வளவு பதட்டம் இருக்கும். புதிய இடம் நிமித்தமான சிக்கல்கள் எவ்வளவு இருக்கும். அதை யாரும் கண்டுகொள்வதாய் இல்லை. நேராக போய் காபி போடுனா, எப்படிப் போடறது? எது எது எந்தெந்த இடத்தில் இருக்கிறது என்பதையாவது சொல்ல வேண்டாமா?’ என மனதுக்குள் நினைத்துக்கொண்டே பால் பாக்கெட்டை கட் செய்தாள்.

எல்லாருக்கும் ஒரு வழியாக காபியைப் போட்டு எடுத்துக் கொண்டு போய் கொடுத்தாள். மாமியார் கண்ணைத் திறக்காமலே “அங்க வச்சிட்டுப் போ” என்று ஒரு மேஜையைக் காட்டினாள்.

கணவன் “இந்த காபி கொடுக்கவா காலங்காத்தலயே எழுப்புற?” என பரிகாசமாகச் சொல்லிவிட்டு, மூலையில் இருந்த ஒரு மேஜையில் வைத்துவிட்டுப் போகச் சொன்னான்.

மிச்சமிருந்த பாலில் தனக்கும் வெளியே உள்ள பாட்டிக்கும் ரெண்டு டம்ளரில் காபியைப் போட்டு எடுத்துக்கொண்டு திண்ணையில் போய் அமர்ந்துகொண்டாள்.

காபியை அந்தக் கிழவி எந்த மறுப்பும் சொல்லாமல் வாங்கிக் கொண்டு வேடிக்கை பார்த்துக்கொண்டே குடிக்கத் தொடங்கியது.

லலிதாவிற்கு அந்தக் கிழவியைப் பார்ப்பதற்கு ஆச்சர்யமாய் இருந்தது. அவள் காலை நன்றாக நீட்டிக்கொண்டு தோதாக அமர்ந்துகொண்டு காபியைக் குடித்துக்கொண்டிருந்தது.

லலிதா மெதுவாக அந்தக் கிழவியைப் பார்த்து “காபி நல்லாயிருக்கா பாட்டி?” என்றாள்.

கிழவி காதிலேயே வாங்காமல் மும்முரமாய் வேடிக்கை பார்த்துக்கொண்டிருந்தாள்.

"பாட்டி, பாட்டி" என்றாள் லலிதா சத்தமாக.

கிழவி மெதுவாகத் திரும்பிப் பார்த்து "என்ன ராஜா" என்றாள்.

"காபி நல்லாயிருக்கா?"

"காபி தண்ணியா இது?" என்றாள் கிழவி.

லலிதாவிற்கு ஏமாற்றமாய் இருந்தது. கோபமாக அங்கிருந்து எழுந்தாள்.

"அப்பா நல்லாயிருக்காரா ராஜா?" என்றாள் கிழவி சன்னமாக.

லலிதா ஆச்சர்யமாய் அவளைப் பார்த்தாள். 'இந்தக் கிழவிக்கு நம் அப்பாவை எப்படித் தெரியும்? நம்மையே யாருனு தெரியாது. இல்லை வேறு யாரோனு நினைச்சு நம்மகிட்ட கேட்குதுபோல' என யோசித்தாள். இருந்தாலும், அந்தக் கேள்வி அவளுக்கு ஆறுதலாக இருந்தது.

அந்தக் கிழவியின் அருகே சென்று அமர்ந்துகொண்டாள். கிழவி இவளைத் திரும்பிப் பார்த்தாள். ஒரு கையால் இவளின் கைகளை இறுக்கமாகப் பிடித்துக்கொண்டாள். இன்னொரு கையால் இவளது முகத்தைத் தடவி "களையா இருக்கடி புள்ள" என்றாள்.

லலிதாவிற்கு சந்தோஷமாக இருந்தது.

அதற்குள் பக்கத்து வீட்டில் இருந்து ஒரு அம்மா வந்து லலிதாவைப் பார்த்து "நீதான் புதுசா வந்த மருமகளா?" என்றாள்.

லலிதா, "ஆம்" எனத் தலையாட்டினாள்.

"கிறுக்குப் புடிச்ச கிழவிகிட்ட அப்படி என்னமா பேசிட்டு இருக்க?"

"என்னாச்சு இந்தப் பாட்டிக்கு?"

"அதுக்கு புத்தி சுகவீனம் இல்ல. இது புருஷன் செத்து ஆறு மாசம் ஆவுது. அதுல இருந்தே இப்படித்தான் நினைவு தப்பி ஏதேதோ பேசிட்டு இருக்கு."

"வாத்தியார் வாத்தியாருனு சொல்றாங்களே யார் அது?" என்றாள் லலிதா ஆர்வமாக.

"உன் மாமியார் இருக்காங்கள்ள, அவங்களோட மாமனார்தான் வாத்தியார். வாத்தியாரா இருந்தவரு. செத்து 12 வருஷமாச்சு. இந்தக் கிழவி அவரு உயிரோட இருப்பதா நினைச்சிகிட்டு தினமும் காபி கொடு, சாப்பாடு கொடுனு உன் மாமியார் உயிர வாங்கிட்டு இருக்கு. புருஷன் செத்துப் போனதில் இருந்தே வாத்தியார் வாத்தியார்னு, இங்க வந்து நல்லா நீட்டி உட்காந்துக்குது. என்ன நோயோ என்னவோ தெரியல " என்று சொல்லிவிட்டு அவள் சென்றுவிட்டாள்.

லலிதா கிழவியைப் பார்த்தாள். அவள் எந்தப் பிரக்ஞையும் இன்றி வெறிக்கப் பார்த்துக்கொண்டிருந்தாள்.

அந்தக் கிழவியின் முகத்தில் ஒரு முடிவற்ற நிம்மதி இருந்தது. விடுபட்ட ஒரு பறவையிடம் இருக்கும் நிம்மதி. அவள் புற உலக பிரக்ஞைகள் ஏதுமற்று அத்தனை தேஜஸுடன் இந்த வீட்டின் திண்ணையில் அத்தனை உரிமையுடன் அமர்ந்திருந்தாள்.

லலிதா அந்தக் கிழவியைப் பார்த்து ஏனோ பொறாமை பட்டாள். அவளது அருகில் சென்று அவளது கையில் இருந்த காலி டம்ளரை வாங்கிக்கொண்டாள்.

கிழவி ஒருகணம் லலிதாவைத் திரும்பிப் பார்த்துவிட்டு "காபி தண்ணி ருசியா இருந்துச்சு புள்ள" என்றாள்.

லலிதாவிற்கு மனம் முழுவதும் பரவசமாய் இருந்தது.

"வாத்தியாருக்கும் ஒரு கிளாஸ் போட்டுக்கொடு. இம்புட்டு ருசியான காபி தண்ணியக் குடிச்சா மனுஷன் சந்தோசப்படுவார்."

லலிதா கிழவியைக் கொஞ்ச நேரம் பார்த்தாள். அவளது மனதில் ஏதேதோ எண்ணங்கள் வந்தன. ஒருகணம் அவள் கண்கள் கலங்கின. அதை யாருக்கும் தெரியாமல் துடைத்துக் கொண்டு டம்ளர்களை எடுத்துக்கொண்டு வேகவேகமாக வீட்டினுள் சென்றாள்.

சமையலறைக்குச் சென்று டம்ளர்களை அலம்பி வைத்துவிட்டு தனது படுக்கையறைக்குச் சென்றாள்.

அங்கு அவளது கணவன் தூங்கிக்கொண்டிருந்தான். காபி இன்னும் குடிக்கப்படாமலே மேசையின்மீது ஆறிக்கொண்டிருந்தது.

தாமரை

அந்த அரசு மனநல மருத்துவமனை நகரத்தின் மத்தியில் மிகவும் விசாலமானதாகவும், பேரமைதியுடனும் அதிகாலையின் ரம்மியத்தைக் கொஞ்சம் கொஞ்சமாகத் தனக்குள் உள்வாங்கிக் கொண்டிருந்தது.

இருநூறு வருடம் பழைமையான அந்த மருத்துவமனையில் கிட்டத்தட்ட இரண்டாயிரம் நோயாளிகள் இருக்கிறார்கள் என்பது நம்புவதற்குக் கொஞ்சம் கடினமாகத்தான் இருக்கும். இது மருத்துவமனை என்பதையே இன்னும் நிறையப் பேர் நம்புவதில்லை. இன்னும்கூட பைத்தியக்கார விடுதி என்றுதான் எழுதியும் பேசியும் வருகிறார்கள்.

இதைப் பற்றியெல்லாம் எந்தப் பிரக்ஞையும், கவலையும் இன்றி அந்த மருத்துவமனையின் காலைப்பொழுது எப்போதும்போல விடிந்துகொண்டிருந்தது.

பதினேழாவது வார்டின் கேட்டைத் திறந்து பாத்திமா சிஸ்டர் உள்ளே வந்துகொண்டிருந்தாள். வெளியே நின்றிருந்த நோயாளிகள் எல்லாம் பாத்திமா சிஸ்டரைப் பார்த்தவுடன், உற்சாகமாக "குட் மார்னிங் சிஸ்டர்" "குட் மார்னிங் சிஸ்டர்" என்று வணக்கம் வைத்துக்கொண்டிருந்தார்கள். பாத்திமா சிஸ்டர் வந்தாலே எல்லோருக்கும் ஒரு உற்சாகம் வந்துவிடும். அதுவும் அவள் மார்னிங் டூட்டி என்றால், இன்னும் கொண்டாட்டம்தான். பாத்திமா சிஸ்டருக்கு இந்த மருத்துவமனையில் எல்லா பேஷன்டையும் தெரியும். அதேபோல் எல்லா பேஷன்ட்டுக்கும் இவளைத் தெரியும். எல்லோருக்கும் கொடுப்பதற்கு அவளிடம் ஏதோ ஒன்று எப்போதும் இருக்கும். குறைந்தபட்சம் இந்தக் கரிசனம் நிரம்பிய புன்னகை. இங்கு எல்லோருக்கும் அதுதான் தேவையாக இருந்தது. நிறைய நேரங்களில் அது மட்டுமே போதுமானதாக இருந்தது.

டூட்டி ரிப்போர்ட் நோட்டில் எதையோ வேகவேகமாக எழுதிக்கொண்டிருந்த நைட் டூட்டி சிஸ்டர் பாத்திமா வருவதை பார்த்துவிட்டு இன்னும் வேகமாக எழுதத் தொடங்கினாள்.

"என்ன சிஸ்டர் மணி எட்டாயிடுச்சி. இன்னும் கிளம்பலையா?"

“இல்ல பாத்தி, நைட் ஒரு டெத் பதினைந்தாவது வார்டுல. அதான் ரிப்போர்ட் புக்ல எழுதிட்டு இருக்கேன்” என்றாள், எழுதுவதை நிறுத்தாமல்.

“டெத்தா யாரு?” என்றாள் பாத்திமா பதட்டமாக.

"பழனிசாமினு ஒரு ஆல்கஹால் டிபன்டண்ட், எம்.ஐ.னு நினைக்கிறேன். சடன் அரெஸ்ட்.”

"இரண்டு நாள் முன்னாடிகூட பார்த்தேனே. நல்லாத்தான் இருந்தாரு. அவர் மனைவிகூட சண்டே வந்திருந்தாங்களே?” இன்னும் நம்ப முடியாதவளாகக் கேட்டுக்கொண்டிருந்தாள் பாத்திமா.

"ஆமாம் சிஸ்டர். காலையிலயே நெஞ்சு வலின்னு சொல்லியிருக்கார். டாக்டர் ஜி.ஹெச்சுக்கு அனுப்பனாங்க. ஜி.ஹெச்சுல எதும் டெஸ்ட் பண்ண மாதிரி தெரில. மாத்திரைனு கொஞ்சம் கொடுத்து அனுப்பிவிட்டுடாங்க. மென்டல் ஆஸ்பிட்டல் கேஸ்னா எங்க பார்க்கிறாங்க. துரத்திவிடத்தான் பார்க்கிறாங்க” என்று சொல்லிக்கொண்டே நோட்டை மூடி வைத்துவிட்டு கிளம்பத் தொடங்கினாள்.

“சரி பாத்தி, நான் கிளம்பறேன். நம்ம வார்டுல ஒன்னும் பிரச்சினை இல்ல. லட்சுமி இன்னைக்கும் லேட்போல, இன்னும் வரல. வந்தா தாமரையக் குளிப்பாட்டிவிடச் சொல்லிடுங்க. தாமரை இன்னும் படுத்துட்டுத்தான் இருக்கா வயிறு வலின்னு நினைக்கிறேன் பார்த்துக்கங்க" என்று சொல்லிவிட்டு நடக்கத் தொடங்கினாள்.

"வயிறு வலியா இன்னைக்கு, குளிக்கிறதுனா ஏதாவது வலி வந்துடும் அவளுக்கு" என்று சொல்லிக்கொண்டே தாமரையின் பெட்டை நோக்கிப் போனாள் பாத்திமா.

தாமரை அந்தப் பெரிய மருத்துவமனை உடையில் இன்னும் தளர்ந்துபோய் படுத்துக்கிடந்தாள். தாமரை இங்கு எல்லோருக்கும் செல்லப் பிள்ளை. இங்கு வரும்போது அவளுக்கு ஆறோ ஏழோ வயசுதான். இப்போது பதினைந்து வயது இருக்கும். யாரோ கொண்டுவந்து விட்டுவிட்டுப் போய்விட்டார்கள். அதற்குப் பிறகு ஒருமுறைகூட யாரும் இவளைத் தேடி வரவில்லை. அது இவளுக்குத் தேவையும்படவில்லை. இங்கு வரும்போது தவழ மட்டும்தான் தெரியும். நிற்கவோ, நடக்கவோ முடியாது. பேச்சு சுத்தமாக வராது. ங்கேஞ்ஞே... பே... என்று சத்தம் மட்டும்தான் வரும். சம்மணம் போட்டுக்கொண்டு எச்சில் ஒழுக எல்லோரையும் மலங்க மலங்கப் பார்த்துக்கொண்டிருப்பாள். குளிக்க, சாப்பாடு ஊட்ட என்று எல்லா வேலைக்கும் ஆள் தேவைப்படும். இப்போது பரவாயில்லை, கொஞ்சம் தடுமாறித் தடுமாறி நடக்கத் தொடங்கி விட்டாள். பேச்சு இப்போது இரண்டு வார்த்தைகள் சேர்த்து சொல்லத் தெரியும். கொஞ்சம் குழப்பிக் குழப்பிச் சொன்னாலும் பழகியவர்களால் புரிந்துகொள்ள முடியும். அவளே சாப்பிடப் பழகிவிட்டாள். அதுவும்

சிந்தாமல், சிதறாமல். குளிப்பது மட்டும் அவளுக்குப் பிடிக்காது. அந்தக் குளிர்ந்த தண்ணியைப் பார்த்தால் அவளுக்கு அவ்வளவு பயம்.

அவளைப் பழக்கியதில் பாத்திமா சிஸ்டருக்குப் பெரும் பங்கு உண்டு. பாத்திமா சிஸ்டருக்கு தாமரையின்மேல் எப்போதும் தனிப் பிரியமுண்டு. காரணம், மிக எளிதானதுதான். அவளுக்கும் தாமரையின் வயதில் ஒரு மகள் இருக்கிறாள். தாமரையைப் போலவே அவளும் மனநலம் குன்றியவள். தாமரையைப் பார்க்கும் போதெல்லாம் அவள் மகள் நினைவு வந்துபோகும். சில நாட்களில் அவள் மகளையும் கூடவே கூட்டி வந்து தாமரையுடன் விளையாட விடுவாள். இருவரும் பேசிக்கொள்வதும், விளையாடிக் கொள்வதும் யாராலும் புரிந்துகொள்ள முடியாத ஒரு புதிர் போலவே இருக்கும். அவர்களுக்கிடையே இழையோடும் அன்பு எல்லோருக்கும் ஒருவிதத் தவிப்பையும், ஏக்கத்தையும் உண்டு பண்ணும். ஏனென்றால், இங்கு உள்ள எல்லா நோயாளிகளுக்கும் தேவையானது அந்த சில கணங்கள் நிலைத்திருக்கும் அன்பு மட்டுமே.

பாத்திமா சிஸ்டர் குரல் கேட்டு தாமரை பாதி கண்களைத் திறந்து பார்த்தாள். வாயில் இருந்து எச்சில் வழிந்துகொண்டிருந்தது.

"என்ன தாமரை இன்னும் படுத்திருக்க? இன்னைக்கு என்ன வயிறு வலியா? எழு, போய் குளிக்கலாம்" என்று சொன்னவாறே தனது கர்ச்சீப்பை எடுத்து அவளது எச்சிலைத் துடைத்தாள்.

தாமரை ஏதோ சொல்ல வேண்டும் என்பதுபோல் பரிதாபமாகப் பார்த்தாள். "குளிக்கிறதுனா உனக்கு அவ்வளவு கஷ்டம்" என்று சொல்லியபடி பாத்திமா சிஸ்டர் அவளது கழுத்தின் அடியில் கை வைத்து அப்படியே தூக்கினாள். பாத்திமாவின் தோளில் சாய்ந்துகொண்ட தாமரை, அப்படியே குபுக்கென்று ஒருவித அடர் மஞ்சள் மற்றும் பச்சை நிறத்தில் வாந்தியைப் பாத்திமாவின் யூனிபார்ம் முழுவதும் எடுத்தாள்.

அருகில் நின்றுகொண்டிருந்த சரஸ்வதி பேஷன்ட் ஓடிவந்து தாமரையின் தலையைப் பிடித்துக்கொண்டாள். "சிஸ்டர் நீங்க போய் டிரஸ் துடைச்சுக்கங்க. நான் இவளப் பார்த்துக்கிறேன்" என்று அருகில் இருந்த தண்ணீரை எடுத்துத் தாமரையின் வாயைத் துடைத்துவிட்டாள்.

அதற்குள் அந்த வார்டில் உள்ள எல்லா நோயாளிகளும் அங்கு வந்துவிட்டனர். எல்லோருக்கும் கொஞ்சம் பதட்டமாக இருந்தது. தாமரைக்கு உடம்பு சரியில்லை என்பது ஒட்டு மொத்தமாக அங்கு நின்றிருந்த எல்லோர் முகத்திலும் ஒரு கவலை படிந்திருந்தது.

பாத்திமா சிஸ்டர் டிரஸைச் சுத்தப்படுத்திக்கொண்டு வரவும், எஃப்.என்.ஏ. லட்சுமி வார்டுக்கு உள்ளே வரவும் சரியாக இருந்தது. இருந்த கோபத்தையும் கவலையையும் லட்சுமி மீது காட்டினாள்

பாத்திமா. "லட்சுமி உன்னோட டூட்டி டைம் ஏழு. இப்போ மணி என்னா? உனக்கு மெமோதான் கொடுக்கப்போறேன். ஒருநாள்கூட டைம்க்கு வருவதில்லை. வேலை பார்க்க வர்றீயா இல்ல சுத்திப் பார்க்க வர்றீயா?" என்று கத்தினாள். அதற்குள் தாமரையைப் பற்றிய நினைவுவரவே "போய் தாமரையைப் பாரு, வாந்தி எடுத்துட்டா. என்னாச்சோ தெரியல. போய் அவ டிரஸ்ஸ மாத்திவிடு. நான் போய் டாக்டருக்கு இன்ஃபார்ம் பண்றேன், என்றவாறு இன்டர்காமை நோக்கி நடந்தாள்.

டாக்டர் கீதா உள்ளே வரும்போது தாமரை இன்னும் சோர்ந்து போயிருந்தாள். வாயிலிருந்து எச்சில் வழிந்துகொண்டிருந்தது. இப்போதுகூட ஏதோ சொல்ல வேண்டும் என்பதுபோல் டாக்டரையே பார்த்துக்கொண்டிருந்தாள். ஆனால், என்ன சொல்வது என்று அவளுக்குத் தெரியவில்லை. அவளது வலியை, தவிப்பை, கவலையை, உணர்ச்சியைச் சொல்வதற்கு அவளிடம் என்ன மாதிரியான வார்த்தைகள் இருக்கும் என்று தெரியவில்லை. ஆனால், எல்லோருக்கும் ஒன்று மட்டும் தெளிவாகப் புரிந்தது. தாமரைக்கு நிஜமாகவே உடம்பு சரியில்லை.

டாக்டர் தாமரையின் சட்டையை மேலேற்றிவிட்டு அவளது அடி வயிற்றில் கையை வைத்துப் பார்த்தாள். ஏதோ ஒன்று பந்துபோல உருண்டுகொண்டிருந்தது. தாமரை இன்னும் நெளிந்தாள். டாக்டரின் கையைத் தட்டிவிட்டாள். டாக்டர் கீதா ஒருகணம் தாமரையின் முகத்தைப் பார்த்தாள். "பாத்தி, இன்டஸ்டைனல் அப்ஸ்ட்ரக்ஷன் மாதிரி இருக்கு. ஜி.ஹச்சுக்கு ரெஃபர் பண்ணனும் ரெடி பண்ணுங்க. நான் ரெஃபரல் எழுதறேன். நீங்க ஆர்.எம்.ஓ.க்கு லெட்டர் எழுதி ஆம்புலன்ஸுக்குப் பர்மிஷன் வாங்குங்க. டைரக்டருக்கு இன்ஃபார்ம் பண்ணனும். லட்சுமியக் கூப்பிட்டு ஆர்.எம்.ஓ. ஆபீஸுக்கு அனுப்பிவிடுங்க" எனத் தொடர்ச்சியாகக் கட்டளைகளைக் கொடுத்துக் கொண்டிருந்தாள்.

அவர்கள் பேசுவது ஒன்றும் புரியாமல் தாமரை விட்டத்தைப் பார்த்துக்கொண்டிருந்தாள். மேலே இருந்த பல்லி அவளைப் பார்த்ததும் சப்தமிட்டது. தாமரை நிறைய இரவுகளில் அந்தப் பல்லியுடன்தான் பேசிக்கொண்டிருப்பாள். பேசுவது என்றால், "பாச்சா பாச்சா..." என்று சப்தமிடுவாள். பதிலுக்கு அந்தப் பல்லியும் "கீச்... கீச்." என்று சப்தமிடும். இப்போதும்கூட அவளுக்கு அந்தப் பல்லியுடன் பேச வேண்டும்போல் இருந்தது. ஆனால் முடியவில்லை. இருந்தாலும் மனசுக்குள் "பாச்சா... பாச்சா..." என்று சொல்லிக்கொண்டாள். அதை எப்படியோ உணர்ந்த அந்தப் பல்லி "கீச்... கீச்..." என்றது.

எல்லோரையும் மனதுக்குள் திட்டிக்கொண்டே லட்சுமி ஆர்.எம்.ஓ. ஆபீஸ் நோக்கி வேகவேகமாகச் சென்றுகொண்டிருந்தாள். இன்றைக்கு மதியம் ஒரு மணி நேரம் பர்மிஷன் வாங்கலாம் என்றிருந்தாள். ரெண்டாவது பொண்ணை, பொண்ணுப் பார்க்க வருகிறார்கள்.

இது நாலாவது இடம். எல்லாம் ஏதோ ஒரு காரணத்துக்காகத் தள்ளிப் போய்க்கிட்டே இருந்தது. இந்த இடம் கொஞ்சம் முடிவதுபோல் இருந்தது. அதற்குள் இப்படி ஆகிவிட்டது. மனதுக்குள் தாமரையையும் சேர்த்துத் திட்டிக்கொண்டிருந்தாள். எதையாவது கண்டதையும் திங்கவேண்டியது, அப்புறம் நம்ம உயிர வாங்கவேண்டியது. ஜி.ஹெச். போனா எப்படியும் மூணு மணி ஆக்கிருவாங்க. அதுவும் அட்மிஷன் போட்டால், நாள் முழுக்கத் தங்க வேண்டி வரும். என்ன பன்றதுனு தெரியல. பேசாம மேட்ரன்கிட்டையே நேராப் போய்க் கேட்க வேண்டியதுதான். வேற யாரையும் மாத்திவிடச் சொல்லலாம். ஆனா ஜி.ஹெச்.னா யாரும் போமாட்டாங்க. சரி போய் மேட்ரனப் பார்ப்போம் என்று யோசித்தவாறு மேட்ரன் ஆபீஸ் நோக்கி நடந்தாள்.

மேட்ரன் ஆபீஸில் உதவி மேட்ரன்தான் இருந்தார். அவர் லட்சுமியைப் பார்த்ததும் "என்ன லட்சுமி, டூட்டி நேரத்தில இங்க என்ன பண்ற?" என்றார்.

"இல்ல மேடம். மேட்ரனப் பார்க்க வந்தேன்."

"மேட்ரன் ரவுண்ட்ஸ் போய்ட்டாங்க."

"எப்போ வருவாங்க மேடம்?"

"வரப்ப வருவாங்க. நீ போய் வேலையப் பார். உன் மேல ஏற்கனவே நிறையப் புகார் வருது."

"சரி மேடம்" என்று சொல்லிவிட்டு மனசுக்குள் அவளையும் சேர்த்துத் திட்டிக்கொண்டே விறுவிறுவென நடந்தாள்.

ஆர்.எம்.ஓ.விடம் கையெழுத்து வாங்கி அதை ஆம்புலன்ஸ் டிரைவரிடம் கொடுத்துவிட்டு வார்டை நோக்கிச் சென்று கொண்டிருந்தாள். எதிரில் மேட்ரன் வந்துகொண்டிருந்தார். லட்சுமியைப் பார்த்தும், "லட்சுமி டைரக்டர் உங்க வார்டிலதான் இவ்வளவு நேரம் இருந்தார். தாமரைக்கு ஏதோ வயிறு வலியாமே, நீ பத்திரமா அவள ஜி.ஹெச்சுக்கு கூட்டிட்டுப் போய்ட்டு வந்திடு. அட்மிஷன் போடணும்னு சொன்னா நீ கூட இருந்து பார்த்துக்கோ" என்றாள்.

"மேடம், இன்னைக்கு ரெண்டாவது பொண்ண பொண்ணுப் பார்க்க வர்றாங்க. வேற யாரையும் மாத்திவிடுங்க மேடம்."

"லட்சுமி அதுக்கெல்லாம் டைம் இல்ல. டைரக்டர் திட்டுவாரு. இன்னைக்குப் போ. நாளைக்கு வேணா லீவ் எடுத்துக்கோ" என்று சொல்லிவிட்டு அந்த இடத்தைவிட்டு வேகமாகக் கிளம்பி விட்டாள்.

இனி வேறு எந்த வழியும் இல்லை. நடப்பது நடக்கட்டும். முதலில் ஜி.ஹெச். போவோம். பிறகு, அப்புறம் பார்த்துக்கொள்ளலாம் என்று யோசித்தவாறே லட்சுமி வார்டு வந்து சேர்ந்தாள்.

வார்டில் ஆம்புலன்ஸ் ஏற்கனவே வந்திருந்தது. தாமரையை அதில் ஏற்றிக்கொண்டிருந்தார்கள். தாமரைக்கு எங்கு போகிறோம்

என்று தெரியவில்லை. இங்கு வந்ததிலிருந்து இப்போதுதான் முதன்முறையாக வார்டைவிட்டுப் போகப் போகிறாள். சரஸ்வதி பேஷன்ட் ஓடிவந்து தாமரையின் நெத்தியில் விபூதியைப் பூசிவிட்டாள். எல்லோரும் வார்டுக்கு வெளியே நின்றிருந்தார்கள். பிரிவின் துக்கம் எல்லோருடைய முகத்திலும் உறைந்திருந்தது.

பாத்திமா சிஸ்டர் லட்சுமியிடம் வந்து ஒரு ஐநூறு ரூபாய் நோட்டை யாருக்கும் தெரியாமல் அவள் கையில் திணித்தாள். “பார்த்துக்க லட்சுமி. அவளுக்கு யாரும் இல்ல, நம்மதான் இருக்கோம். ஏதாவதுனா போன் பண்ணு” என்றாள்.

"சரிங்க சிஸ்டர்” என்று சொல்லிவிட்டு, லட்சுமி ஆம்புலன்ஸில் ஏறிக் கதவைப் பூட்டிக்கொண்டாள்.”

ஆம்புலன்ஸ் புழுதியை வாரி இறைத்துக்கொண்டு கிளம்பியது.

ஜி.ஹெச்சின் பிரமாண்டமான இரண்டு கட்டடங்களுக்கு இடையே உள்ள அவசரச் சிகிச்சைப் பிரிவின் முன்பு ஆம்புலன்ஸ் நின்றது. லட்சுமி ஆம்புலன்ஸ் டிரைவரிடம் “சாமி இங்கயே நிப்பாட்டிக்க, நான் போய் ஸ்டெரெச்சர் எடுத்துட்டு யாரையாவது கூட்டிட்டு வரேன்" என்று இறங்கிப்போனாள்.

ஜி.ஹெச். எப்போதும் போலவே அவ்வளவு கூட்டமாகவும் இரைச்சலாகவும் இருந்தது. நிறையப் பேருக்கு அந்தப் பிரமாண்ட கட்டடங்களுக்குள் எங்கு போய் எங்கு வெளிவருவது என்று தெரியவில்லை. உத்தேசமாக எங்கோ நடந்துகொண்டிருந்தார்கள். அவசரச் சிகிச்சைப் பிரிவின் வெளியே ஒரு ஸ்ட்ரெச்சர் இருந்தது. அதன் அருகே ஒரு அட்டென்டர் காக்கி உடையில் நின்றுகொண்டிருந்தான். லட்சுமி அவனிடம் சென்றாள்.

“அண்ணே, மெண்டல் ஆஸ்பத்திரில இருந்து ஒரு கேஸ் கூட்டிட்டு வந்துருக்கேன். நடக்க முடியாத பொண்ணு. ஸ்டெரெச்சர் எடுத்துட்டு வர்றீங்களாண்ணே” என்றாள்.

"மெண்டல் ஆஸ்பத்திரி கேஸா, கொஞ்சம் வெயிட் பண்ணுமா. ஏதோ ஆக்ஸிடெண்டாம், 108ல வர்றாங்களாம் அதுக்குத்தான் ஸ்ட்ரெச்சர் வச்சிட்டு நின்னுட்டு இருக்கேன். நீ வேணா உள்ள போய் ஒரு வீல் சேர் எடுத்துக்கோ” என்று சொல்லிவிட்டு ஸ்ட்ரெச்ரைத் தள்ளிக்கொண்டு அங்கிருந்து நகர்ந்தான்.

லட்சுமி உள்ளே போய் எப்படியோ ஒரு வீல் சேரைத் தள்ளிக்கொண்டு வந்துவிட்டாள். கஷ்டப்பட்டு தாமரையை இறக்கி அதில் உட்கார வைத்துவிட்டு “சாமி, ஒரு ஒரு மணி நேரம் வெயிட் பண்ணு, நான் வந்துடறேன்” என்று சொல்லிவிட்டு வீல் சேரைத் தள்ளிக்கொண்டு உள்ளே சென்றாள்.

தாமரைக்கு அந்தக் கூட்டமும், சத்தமும் புதுசாய் இருந்தது. மெண்டல் ஆஸ்பத்திரி எப்போதும் அமைதியாகத்தான் இருக்கும். அதிலும் அவள் இருக்கும் அந்த பதினேழாவது வார்டு மரங்கள்

சூழ்ந்து அவ்வளவு தனிமையாய், அவ்வளவு இனிமையாய் இருக்கும். எப்போதும் கேட்டுக்கொண்டிருக்கும் அந்த விதவிதமான பறவைகளின் சத்தத்தைத் தவிர வேறு எந்தப் பெரிய சத்தமோ, இரைச்சலோ இருக்காது. இவ்வளவு மனிதர்களை ஒட்டு மொத்தமாக இதற்குமுன்பு இவள் பார்த்ததே இல்லை. அதுவே அவளுக்கு ஒருவித பயத்தை, கிலியையும் கொடுத்தது. ஊசி போட்டுட்டு இந்த வலி போயிருச்சுனா சீக்கிரம் நம்ம வார்டுக்கு போய் விட வேண்டும் என்று மனசுக்குள் நினைத்துக்கொண்டாள்.

அவசரச் சிகிச்சைப் பிரிவுக்கு வெளியே ஏதோ பதட்டமாக இருந்தது. டாக்டரோடு ஒரு கும்பல் சண்டை போட்டுக்கொண்டு இருந்தது. அந்த டாக்டர் இப்போது இருக்கும் மனநிலையில் தாமரையைப் பார்க்க மாட்டார் என்பது லட்சுமிக்குத் தெரியும். நல்லா இருந்தாலே மெண்டல் ஆஸ்பத்திரி பேஷன்ட்னா ஒண்ணும் இல்லனு விரட்டி விடுவாங்க. இப்போ போனா இருக்க கோபத்தை எல்லாம் நம்ம மேலதான் காட்டுவாங்க என்று நினைத்துக்கொண்டாள். என்ன பண்ணுவது என்று தெரியவில்லை. நேராக அருகில் இருந்த அந்த ஸ்டாப் நர்ஸிடம் சென்று, டாக்டரின் ரெஃபரல் சீட்டைக் கொடுத்தாள்.

ஸ்டாப் நர்ஸ் அதைப் பார்த்துவிட்டு, தாமரையை ஒருகணம் பார்த்தாள். தாமரை தலையைக் குனிந்துகொண்டாள். அவளுக்கு வாந்தி வருவதுபோல் இருந்தது.

"சர்ஜரி ஓ.பி.க்கு கூட்டிட்டுப் போம்மா, 11 மணிதானே ஆகுது. அங்க டாக்டர் இருப்பாங்க போய் காட்டுமா."

லட்சுமிக்கு அது ஓரளவுக்கு நல்லதாய் போய்விட்டது. தாமரையைத் தள்ளிக்கொண்டு சர்ஜரி ஓ.பி.க்குப் போனாள். அங்கு இன்னும் கூட்டமாக இருந்தது. லட்சுமி ரெபரல் சீட்டை அங்கிருந்த நர்ஸிடம் கொடுத்தாள். நர்ஸ் அதை வாங்கி வைத்துக் கொண்டாள்.

"வெயிட் பண்ணுமா. டாக்டர் ஸ்டூடண்ட்ஸுக்கு கிளாஸ் எடுத்துட்டு இருக்கார். வந்ததும் அனுப்பறேன்" என்றாள்.

லட்சுமி வந்து ஓராமாக உட்கார்ந்தாள். தாமரை அங்கு எல்லோரையும் ஒருவித பயத்தோடு பார்த்துக்கொண்டிருந்தாள். இங்கு எல்லோரும் அவளையே பார்ப்பது போலிருந்தது. அதிகமாக வலித்தது. குமட்டிக்கொண்டிருந்தது. ஆனால், அங்கு வாந்தி எடுக்க பயமாக இருந்தது. காலையில் எந்தப் பயமும் இன்றி பாத்திமா சிஸ்டரின் சட்டையிலேயே வாந்தி எடுத்தாள். இங்கு அவளால் இயல்பாக இருக்க முடியவில்லை.

லட்சுமி யாரிடமோ போனில் பேசிக்கொண்டிருந்தாள். "நாலு மணிக்குள்ள வந்துடறேன், நீங்க செல்விய எல்லாத்தையும் ரெடி பண்ணி வைக்கச் சொல்லுங்க" என்று சொல்லி போனைக் கட் செய்தாள்.

லட்சுமி திரும்பவும் அந்த நர்சிடம் சென்று "சிஸ்டர் கொஞ்சம் எமர்ஜென்சி. காலையில இருந்து வாந்தி எடுக்குறா. யாராவது பி.ஜி. இருந்தாவாவது பார்க்கச் சொல்லுங்க சிஸ்டர் என்றாள். சிஸ்டருக்கு தாமரையைப் பார்க்கப் பாவமாக இருந்தது. "சரி, வாமா" என்று உள்ளே கூட்டிச் சென்றாள்.

அந்த பி.ஜி. வெள்ளை கோட் போட்டு, ரொம்ப சின்ன பையன்போல இருந்தான். லட்சுமி அவனிடம் சென்று அந்த ரெஃபரல் சீட்டைக் கொடுத்தாள். பொறுமையாகப் படித்துப் பார்த்தான். சிஸ்டரைக் கூப்பிட்டுத் தாமரையை அங்கிருந்த கவுச்சில் படுக்க வைக்கச் சொன்னான்.

"காலையில இருந்து ஏதும் சாப்ட்டுச்சா" என்றான், லட்சுமியைப் பார்த்து.

"ஒரே ஒரு இட்லி சாப்ட்டா டாக்டர். அதையும் வாந்தி எடுத்துட்டா."

"சிஸ்டர் பி.பி. பாருங்க" என்று சொல்லிக் கொண்டிருக்கும் போதே, பெரிய டாக்டர் உள்ளே வந்தார்.

"என்னையா, என்ன கேஸ்? ஏதோ எம்.ஆர். மாதிரி இருக்கு."

"ஐ.எம்.ஹெச்சுல இருந்து ரெஃபர் பண்ணி இருக்காங்க சார். பெயின் அப்டமன், வாமிட்டிங், தே ஆர் சஸ்பெக்டிங் இன்டஸ்டைனல் அப்ஸ்ட்ரக்ஸன் சார்" என்றான் அந்த பி.ஜி. ஒருவித பவ்யத்துடன்.

"அவங்க என்னா வேணா சஸ்பெக்ட் பண்ணட்டும். நீ ரானிடினும், டைசைக்ளோமினும் எழுதிக் கொடுத்து டிஸ்போஸ் பண்ணுயா."

"சார், எதுக்கும் ஒரு எக்ஸ்ரே எடுத்துப் பார்க்கலாமா சார்? எனக்கு ஏதோ அந்தப் பொண்ணு ரொம்ப சீக்கா இருக்க மாதிரி இருக்கு."

"சொன்னத செய். இங்க நீ அசிஸ்டன்ட்டா, இல்ல நான் அசிஸ்டண்டா? எல்லாம் மெண்டல் ஆஸ்பிட்டல் கேஸ்யா. சும்மாவே நடிப்பாங்க, எழுதி சீக்கிரம் அனுப்பிவிட்டுட்டு ஆபரேசன் தியேட்டருக்குப் போ. அங்க நிறைய எமர்ஜென்சி கேஸ் இருக்கு" என்று சொல்லிவிட்டு, இருக்கையிலிருந்து எழுந்து தாமரையைப் பார்த்து ஒரு முறை முறைத்துவிட்டுச் சென்று விட்டார்.

பி.ஜி.க்கு என்ன செய்வது என்று தெரியவில்லை. தாமரையைப் பரிதாபமாகப் பார்த்தான். அவள் வாயில் எச்சில் ஒழுக விட்டத்தைப் பார்த்துக் கொண்டிருந்தாள்.

லட்சுமியைக் கூப்பிட்டு "அம்மா, மாத்திரை எழுதித் தர்றேன். ஏதாவது ஜூஸ் மாதிரிக் கொடுங்க. வாந்தி ரொம்ப இருந்தா உடனே இங்க கூட்டிட்டு வந்துடுங்க. இன்னைக்கு நான்தான் டூட்டி. மதியத்துக்கு மேல நான்தான் இருப்பேன். அதனால கவலைப்படாம போங்க" என்றான்.

லட்சுமிக்கும் அதுதான் தேவையாக இருந்தது. மணி ஒண்ணுதான் ஆகுது. இப்போ கிளம்புனா தாமரையை ஆஸ்பத்திரியில் விட்டுவிட்டு வீட்டுக்கு மூணு மணிக்கெல்லாம் போய்விடலாம் என்று எண்ணிக்கொண்டு, பி.ஜி.யிடம் சீட்டை வாங்கிக்கொண்டு கிளம்பிவிட்டாள்.

அந்த பி.ஜி. இவர்கள் போவதையே கொஞ்ச நேரம் பார்த்துக் கொண்டிருந்தான். அவனுக்கு அவன் மேலேயே கொஞ்சம் வெறுப்பாக இருந்தது. தாமரை ஏதும் அறியாதவளாய் அந்த வீல் சேரில் உட்கார்ந்துகொண்டு எல்லோரையும் சற்று மிரட்சியுடன் பார்த்துக்கொண்டே சென்று கொண்டிருந்தாள்.

லட்சுமி மாத்திரையை வாங்கிக்கொண்டு அங்கிருந்த ஒரு கேன்டீனில் ரெண்டு ஜூஸ் வாங்கி ஒன்றைத் தாமரைக்குக் கொடுத்தாள். தாமரைக்கு அதைக் குடிக்கப் பிடிக்கவில்லை. குமட்டிக்கொண்டு வந்தது.

“ஏய் தாமரை... ஜூஸைக் குடி மாத்திரை போடணும்.”

தாமரை வேண்டாம் என்பதுபோலப் பார்த்தாள். அவளுக்கு பாத்திமா சிஸ்டரைப் பார்க்க வேண்டும் போல இருந்தது. இந்த இடம் பிடிக்கவில்லை. இங்குள்ள மனிதர்களைப் பிடிக்கவில்லை. அவர்கள் அவளைப் பார்க்கும் பார்வை பிடிக்கவில்லை. அதற்கு வயிற்று வலி எவ்வளவோ பரவாயில்லை என்று நினைத்தாள்.

“குடிக்கிறீயா இல்லையா?” என்று லட்சுமி தாமரையின் வாயில் அந்த ஜூஸை ஊற்றினாள். தாமரை “குபுக்” என்று திரும்பவும் கேன்டீனின் அந்தத் தரை முழுவதும் வாந்தி எடுத்தாள். சுற்றியிருந்தவர்கள் எல்லாம் அருவருப்போடு விலகி ஓடினர்.

“ஏம்மா... வாந்தி வருதுனா, அப்படி ஓரமாய் போய் எடுக்க வேண்டியதுதானே” என்றான். அந்த கேன்டீன் முதலாளி, “ஏ... யாராவது வந்து கழுவி விடுங்கடா. நீ ஏம்மா நிக்கற. போம்மா காலையிலேயே வந்து உயிர வாங்கிக்கிட்டு.”

லட்சுமி அவளைக் கூட்டிக்கொண்டு திரும்பிப் பார்க்காமல், வாசலை நோக்கி நடக்கத் தொடங்கினாள். தாமரை அந்த வீல் சேரிலேயே சோர்ந்து போய் படுத்துக்கொண்டாள்.

ஒருவழியாக தாமரையை அவளது வார்டுக்குக் கொண்டு வந்து சேர்த்துவிட்டாள் லட்சுமி. டூட்டி டாக்டர் மட்டும்தான் இருந்தார். பாத்திமா டூட்டி முடிந்து போயிருந்தாள்.

டாக்டர் லட்சுமியையும், தாமரையையும் பார்த்தவுடன் திகைத்தாள். அதுவும் தாமரை ரொம்ப சோர்ந்து போய் தளர்வாக இருந்ததைப் பார்த்ததும் அவளுக்கு இன்னும் கோவம் வந்தது.

"என்ன லட்சுமி!, அட்மிஷன் போடலையா?”

“இல்ல மேடம். போட மாட்டேன்னு சொல்லிட்டாங்க. மாத்திரை எழுதிக் கொடுத்தாங்க. இவ போட்டுக்க மாட்டேன்றா. ஜூஸ்

வாங்கிக் கொடுத்தேன். வாந்தி எடுத்துட்டா மேடம்."

"என்ன இவ்ளோ வீக்கா இருக்கா? இன்னும் எதுவும் சாப்பிடல. டிஹைட்ரேசன் வேற. இப்பக்கூட அட்மிஷன் போடலனா எப்படி?"

"தெரில மேடம், நான் கிளம்பறேன்" என்று சொல்லிவிட்டு டாக்டரின் பர்மிஷனைக்கூட எதிர்பார்க்காதவளாய் கிளம்பி விட்டாள் லட்சுமி.

அதற்குள் எல்லா நோயாளிகளும் தாமரையைச் சூழ்ந்து கொண்டார்கள். சரஸ்வதி தாமரையின் கைகளை இறுகப் பிடித்துக்கொண்டாள். தாமரைக்கு அது கொஞ்சம் இதமாக இருந்தது. இனி ஜி.ஹெச்சுக்குப் போகவே கூடாது என்று நினைத்துக் கொண்டாள். ஆனால் வயிறு இன்னும் அதிகமாக வலித்தது. ஏதாவது சாப்பிட வேண்டும்போல இருந்தது.

"பதிக்குது... பதிக்குது..." என்றாள். சரஸ்வதி காலையில் கொடுத்த அந்த இட்லியை எடுத்து வந்தாள். அதைப் பார்த்து தாமரை "மேணாம்... மேணாம்... என்று அழுதாள். அவள் அழுவது ஒரு குழந்தை அழுவதுபோல இருந்தது. உண்மையாகவே அவள் இன்னும் குழந்தைதான். இங்கு எல்லோருக்கும் அவள் குழந்தை. அளவில்லாத, எதிர்பார்ப்பில்லாத, களங்கமில்லாத அவர்களின் தூய்மையான அன்பின் கதகதப்பில் அவள் குழந்தையாக இருக்கவே பிரியப்பட்டாள்.

எல்லோரும் அவங்க அவங்க பெட்டுக்கு போங்க, மேடம் வர்றாங்க என்று சொல்லிக்கொண்டே எல்லோரையும் விலக்கி விட்டு, "தாமரை கஞ்சி குடிச்சிக்கலாம் எழுந்திருமா" என்றாள் சிஸ்டர்.

தாமரை மெதுவாக எழுந்து உட்கார முயன்றாள். அவளால் முடியவில்லை. சிஸ்டர் பேக் ரெஸ்ட்டை எடுத்துவிட்டாள். தாமரை மெதுவாக அதில் சாய்ந்துகொண்டாள். சிஸ்டர் அவள் தலையைப் பிடித்துக்கொண்டு ஜூஸைப் ஊட்டினாள். கொஞ்சம் குடித்துவிட்டுப் போதும் என்பதுபோல கையைக் காட்டினாள். சிஸ்டர் இன்னும் கொஞ்சம் கொடுக்க முயன்றாள். டாக்டர் அங்கிருந்து கவனித்தபடியே சிஸ்டர் போதும்னா விட்டுடுங்க. அப்புறம் அதையும் வாந்தி எடுத்துறப் போறா, மாத்திரையைக் கொடுங்க" என்றாள்.

சிஸ்டர் மாத்திரையை எடுத்து, தாமரை மாத்திரைய மட்டும் போட்டுக்கம்மா. அப்பத்தான் வயிறு வலி சரியாப் போகும் என்றாள். தாமரைக்கு மாத்திரை என்றாலே ஆகாது. ஊசி கூட எத்தனை வேண்டுமானாலும் போட்டுகொள்வாள். ஆனால் மாத்திரைக்கு எப்போதும் ஆர்பாட்டம்தான். ஆனால், இன்று அமைதியாக வாயைத் திறந்தாள். சிஸ்டர் மாத்திரையைப் போட்டுத் தண்ணியைக் கொஞ்சம் கொஞ்சமாகப் பருகி விடும்போது திரும்பவும் வாந்தி எடுத்தாள். குடித்த எல்லா கஞ்சியும் வந்துவிட்டது. தாமரைக்கு மிகவும் சோர்வாக இருந்தது. நாக்கு எல்லாம் வறண்டுவிட்டது. கண்கள் இருட்டிக்கொண்டு வந்தது. அப்படியே படுத்துக்கொண்டாள்.

டாக்டர் பதட்டத்தோடு எழுந்து வந்து பார்த்தார். "சிஸ்டர் பி.பி. பாருங்க, டிஹைட்ரேசன் அதிகமாயிடுச்சு, டெக்ஸ்ரோஸ் டிரிப் ஏத்துங்க" என்று சொல்லிக்கொண்டே தாமரையின் கண்ணைத் திறந்து பார்த்தாள். அங்கு எல்லோரும் டாக்டரையே பார்த்துக்கொண்டிருந்தார்கள்.

லட்சுமி பஸ்ஸில் போய்க் கொண்டிருந்தாள். அவளுக்கு மனசு ஏதோ பண்ணுவதுபோல இருந்தது. அந்தப் பொண்ண அப்படியே விட்டுட்டு வந்திருக்கக் கூடாதோ? அந்தப் பெரிய டாக்டரிடம் இன்னும் கொஞ்சம் கெஞ்சியிருந்தால், அட்மிஷன் போட்டிருப்பாரோ? அந்த பி.ஜி. டாக்டர் ஏதோ சீரியசான பிரச்சினை மாதிரி இருக்குனு சொன்னாரே. பாவம் தாமரை, பாத்திமா சிஸ்டர் சொன்னதுபோல அவளுக்கு யார் இருக்கா? நம்ம பொண்ணுனா இப்படி விட்டுட்டு வந்திருப்போமா? வாந்தி எடுத்துவிட்டு பரிதாபமாகவும், வேதனையாகவும் என்னையே பார்த்துக்கொண்டிருந்ததே அந்தப் பொண்ணு. அப்ப என்கிட்ட அது என்ன சொல்ல நினைச்சிருக்கும் என்று யோசித்துக்கொண்டிருந்தவள், திடீரென எழுந்து பஸ்ஸை நிறுத்தச் சொல்லி இறங்கிவிட்டாள். அது எந்த இடம் என்று தெரியவில்லை. ஒரே ஒரு மரம் மட்டும் வெறுமையாய் நின்றுகொண்டிருந்தது. போய் அதன் அடியில் உட்கார்ந்துகொண்டாள். தேம்பித் தேம்பி அழத் தொடங்கினாள்.

மணி ஆறு இருக்கும். வார்டு சிஸ்டர் பதட்டமாக இன்டர்காமில் டாக்டரை அழைத்தாள். "மேடம், பல்ஸ் குறைஞ்சிக்கிட்டே வருது. நீங்க உடனே வாங்க மேடம்."

"சிஸ்டர் நான் வர்றேன். அதுக்குள்ள ரெபர் பண்ண அரேஞ்ச் பண்ணுங்க."

"சரிங்க மேடம்."

டாக்டர் திரும்பவும் ஜி.ஹெச்சுக்கு ரெஃபரல் எழுதிக் கொண்டிருந்தாள்.

"மேடம், உங்களுக்கு தெரிஞ்ச யாராவது ஜி.ஹெ.ச்சுல இருந்தா போன் பண்ணியாவது சொல்லுங்க மேடம். இல்லனா, திரும்பவும் திருப்பி அனுப்பிடப் போறாங்க."

"பார்க்கிறேன் சிஸ்டர். நீங்க அட்டெண்டர் யாரக் கூட அனுப்பப் போறீங்க?"

"யாரும் வர மாட்டேங்கிறாங்க. எல்லோரும் ஏதாவது காரணம் சொல்றாங்க. நீங்க வேணும்னா ஒரு பி.ஜி. டாக்டரைக்கூட அனுப்புங்க மேடம்."

"ஓ.கே சிஸ்டர். நான் அரேஞ்ச் பண்றேன்" என்று சொல்லி விட்டு, டாக்டர் தாமரையை வந்து பார்த்தாள். உடம்பெல்லாம் கொதித்து. ஒரு புழுவைப்போல தாமரை அந்த பெட்டில் கிடந்தாள்.

ஆம்புலன்ஸ் வந்தது. எல்லோரும் சேர்ந்து தாமரையை ஏற்றி விட்டார்கள். தாமரைக்கு என்ன நடக்கிறது என்று தெரியவில்லை. கண்கள் மூடி படுத்திருந்தாள். பி.ஜி. ஒரு பொண்ணு. வந்து ஏறிக்கொண்டாள். ஆம்புலன்ஸ் கிளம்பத் தயாரானபோது சிஸ்டர் லட்சுமி நடந்து வருவதைக் கவனித்துவிட்டாள்.

"என்ன லட்சுமி வீட்டுக்குப் போகல?"

"இல்ல சிஸ்டர், தாமரையை நானே கூட்டிட்டுப் போறேன்" என்று வேறு எதுவும் சொல்லாமல் ஆம்புலன்ஸில் ஏறிக் கொண்டாள்.

ஜி.ஹெச்.சில் காலையில் பார்த்த பி.ஜி. இருந்தது லட்சுமிக்கு கொஞ்சம் ஆறுதலாக இருந்தது. நேராக அவனிடம் சென்று "டாக்டர், அவளுக்கு ரொம்ப மோசம் ஆகிடுச்சு டாக்டர். திரும்பக் கூட்டிட்டு வந்திருக்கோம். எங்க பி.ஜி.யும் கூட வந்திருக்காங்க. கொஞ்சம் பாருங்க டாக்டர்" என்றாள்.

அந்த பி.ஜி. தாமரையின் அருகே வந்து தொட்டுப் பார்த்தான். உடம்பு தீயாய்க் கொதித்தது. அங்கிருந்த சிஸ்டரைக் கூப்பிட்டு "சிஸ்டர் இந்தப் பொண்ணை அந்த பெட்டில் படுக்க வைங்க. பி.பி. பல்ஸ் பாருங்க" என்றான்.

அருகில் நின்றுகொண்டிருந்த அந்த சைக்யாட்ரி பி.ஜி.யைப் பார்த்து "காலையிலயே எமர்ஜென்சியா எடுக்க வேண்டியது, எங்க அசிஸ்டண்ட் முடியாதுனு சொல்லிட்டார். சாரி, இப்போ என்னனு பார்க்கிறேன். டோண்ட் வொரி" என்றான்.

"ஓ.கே. சார்."

"சார், பி.பி. 80/60, பல்ஸ் 52 தான் இருக்கு."

"சரிங்க சிஸ்டர்" என்று தாமரையின் வயிற்றை அழுத்திப் பார்த்தான். அது கல்போல மிகக் கடினமாக இருந்தது.

"சிஸ்டர், பர்ப்பரேஷன் மாதிரி இருக்கு. உடனடியா லேப்ராட்டமிக்கு அரேஞ்ச் பண்ணுங்க. அவள ஆப்ரேஷன் தியேட்டருக்கு ஷிப்ட் பண்ணுங்க. உடனே, அனஸ்தடிஸ்ட் ஒபீனியன் வாங்குங்க. தட் பெல்லோ கில்டு ஹேர்" என்றான் பதட்டமாக.

"ம்மா... சைக்யாட்ரி பி.ஜி. அந்தப் பொண்ணுக்கு பர்பரேஷன் மாதிரி இருக்கு. என்னா வேணும்னாலும் நடக்கலாம். லேப்ராட்டமி பண்ணனும். உங்க மெடிக்கல் ஆபீஸரைக் கன்சண்ட் கொடுக்கச் சொல்லுங்க இம்மிடீயேட்டா."

"ஓ.கே. டாக்டர். நான் மேடம்கிட்ட பேசறேன். நீங்க புரஷீட் பண்ணுங்க ப்ளீஸ்."

லட்சுமிக்கு அவர்கள் என்ன பேசிக்கொள்கிறார்கள் என்று சுத்தமாகப் புரியவில்லை. ஆனால், ஏதோ ஆபத்து என்று மட்டும் தெரிந்தது. அவள் அந்த சைக்யாட்ரி பி.ஜி.யிடம் சென்று மெதுவாக "டாக்டர், என்னாச்சு? என்ன சொல்றாங்க?" என்றாள்.

“லட்சுமி, தாமரைக்குக் குடல்ல ஓட்டை விழுந்திடுச்சாம். உடனடியாக வயிற ஓபன் பண்ணி எல்லாத்தையும் க்ளீன் பண்ணணுமாம். உயிருக்கே ஆபத்தாம். ஆப்ரேசன் பண்ணணும்னா நம்ம டாக்டர்கிட்ட இருந்து ஒப்புதல் கடிதம் வங்கணும்னு சொல்றாங்க. நான் மேடம்கிட்டப் பேசிட்டேன். மேடம் கிளம்பி வந்துட்டு இருக்காங்க. நீ போய் தாமரை கூட இரு. அவள இப்போ ஆப்ரேஷன் தியேட்டருக்கு அனுப்பிருவாங்க.”

லட்சுமி கண்களில் இருந்து கண்ணீர் வழிந்தது. ஓடிப்போய் தாமரையின் கைகளைப் பிடித்துக்கொண்டாள். தாமரை மெதுவாகப் பாதிக் கண்களைத் திறந்து லட்சுமியைப் பார்த்து மெலிதாகச் சிரித்தாள். அந்தச் சிரிப்புக்கு என்ன அர்த்தம் என்று லட்சுமிக்குப் புரியவில்லை. கைகளை இன்னும் இறுக்கமாகப் பிடித்துக்கொண்டாள்.

ஆப்ரேஷன் தியேட்டருக்கு வெளியே லட்சுமியும், அந்த பி.ஜி.யும் ஒரு தவிப்புடன் நின்றுகொண்டிருந்தனர். பாத்திமாவும், டாக்டரும் வந்து சேர்ந்தனர்.

"என்ன ஆச்சு” என்றாள் பாத்திமா.

“உள்ள பிரிபரேட்டரி ரூம்லதான் இருக்கா. அனஸ்தடிஸ்ட் பார்த்துட்டு இருக்கார். அவர் பிட்னஸ் கொடுத்தாத்தான் சர்ஜரி பண்ணுவாங்களாம்.”

“ஏன், கொடுக்க மாட்டேன்னு சொல்றாங்களா?"

"தெரியல மேடம்.”

உள்ளே அனஸ்தடிஸ்ட், அந்த சர்ஜரி பி.ஜி.யைக் கத்திக் கொண்டிருந்தார். “உன் இஷ்டத்துக்கு எல்லாம் பிட்னஸ் கொடுக்க முடியாதுயா. அது என்ன எம்.ஆர்.கேஸ் யா. யாரு ரெஸ்பான்ஸிபிலிட்டி எடுத்துக்கிறது?”

“சார், அவங்க டாக்டர் கன்சன்ட் கொடுக்கிறேன்னு சொல்லிட்டாங்க.”

"என்னயா பெரிய கன்சன்ட் கொடுப்பாங்க. நாளைக்கே அவங்க ரிலேட்டிவ் வந்து யார் ஆப்ரேஷன் பண்ணுனதுனா நீயும் நானும்தான் நிக்கணும்.”

"சார் சின்ன பொண்ணு சார். பாவம்."

“தம்பி, நீங்க பி.ஜி. முடிச்சிட்டு ஒரு வருஷத்தில இங்க இருந்து ஓடிடுவீங்க. நாங்கதான் இங்கேயே இருக்கணும். எல்லா பிரச்சினையும் எங்களுக்குத்தான்.”

"சார், இண்டஸ்டைனல் பர்பரேசன் சார். எமர்ஜன்சி சார். இதெல்லாம் இப்போ யோசிக்க முடியுமா? அவ ஷாக்குக்குப் போயிட்டு இருக்கா. இப்பவே பல்ஸ் குறைஞ்சிட்டு இருக்கு. ப்ளீஸ் சார்."

“யோவ் என்னயா நான் சொல்லிட்டே இருக்கேன், நீ அதையே

பேசிட்டு இருக்க. போ போய் உங்க அசிஸ்டண்ட் புரபசரை வரச் சொல்லு. அவர் சொல்லட்டும் நான் பண்றேன்."

அந்த பி.ஜி. "சரிங்க சார்" என்று கோபமாகச் சொல்லிவிட்டு இன்டர்காமை நோக்கிப் போனான்.

அவனுக்கு நல்லாத் தெரியும், அவங்க அசிஸ்டண்ட் இதற்கு ஒத்துக்கொள்ள மாட்டார் என்று. இருந்தும் அவருக்குக் கால் பண்ணிச் சொன்னான். "வர்றேன் வெயிட் பண்ணு" என்றார். எங்க இருக்காரோ, எப்போ வருவாரோ என்று யோசித்துக் கொண்டே அந்த அனஸ்தடிஸ்ட் ரூமுக்குப் போனான்.

"என்னயா?"

"சார் வர்றேன்னு சொன்னார், சார்."

அவர் நிமிர்ந்து அவனை ஒரு முறை முறைத்தார். அப்போது பதட்டமாக ஓ.டி. சிஸ்டர் உள்ளே வந்தாள். அவர்கள் இருவரையும் மாறி மாறிப் பார்த்தாள்.

"என்ன சிஸ்டர் என்னாச்சு?"

"சார் அந்தப் பொண்ணுக்கு பல்ஸ் இல்ல."

மறுநாள்...

எப்போதும்போல அந்த மனநல மருத்துவமனையின் அதிகாலை விடிந்துகொண்டிருந்தது.

பதினேழாவது வார்டு வழக்கத்தைவிட இன்னும் அமைதியாக இருந்தது. இன்னும் யாரும் எழுந்திருக்கவில்லை. பாத்திமா சிஸ்டர் உள்ளே வந்தாள். நைட் டூட்டி சிஸ்டர் ரிப்போர்ட் புக்கில் வேகமாக எழுதிக்கொண்டிருந்தாள். அவள் என்ன எழுதுகிறாள் என்று பாத்திமாவுக்குத் தெரிந்தே இருந்தது. கண்கள் அவளையும் அறியாமல் தாமரையின் பெட்டை நோக்கிச் சென்றது. அது காலியாக இருந்தது.

தாமரை அங்கு இல்லை.

அந்தப் பல்லி மட்டும் விட்டத்தில் இருந்து சப்தமிட்டுக் கொண்டிருந்தது.

பிரிவின் துயரம்

“தூங்கி எழுந்தானா இல்லையா?” என்றார் சுந்தரேசன் வாத்தியார் தனது மூக்குக் கண்ணாடியைத் துடைத்துக்கொண்டே. எவ்வளவுதான் துடைத்தாலும் கண்ணாடி ஏதோ மங்கலாகவே இருப்பதுபோல் இருந்தது. பிரச்சினை கண்ணாடியிலா அல்லது கண்ணிலா என்று தெரியவில்லை. எதற்கும் இன்று மாலை கண் டாக்டரிடம் சென்று ஒருமுறை செக் செய்து பார்த்துக் கொள்ளலாம் என நினைத்துக்கொண்டார்.

“இன்னும் அவன் எழலங்க, கதவு மூடியே இருக்கு. ராத்திரி சரியா தூங்கல போல. லைட் எரிஞ்சிட்டே இருந்தது” என்றாள் வாத்தியாரின் மனைவி கமலம்.

“இண்டர்வியூ நினைச்சி ஏதும் ஸ்ட்ரெஸ்டா இருக்கானா என்னவோ. நீ சமையல் எல்லாம் முடிச்சிட்டியா? மதியத்திற்கும் சேர்த்து ஏதாவது கட்டி வை. எப்ப முடியும், எவ்வளவு நேரம் ஆகும்னு தெரியல. வெளிய ஏதும் சாப்பிட்டு உடம்பக் கெடுத்துக்கப் போறான் அவன்” என்று சொல்லிவிட்டு தனது கண்ணாடியை மாட்டிக்கொண்டு அன்றைய நாளிதழில் மூழ்கத் தொடங்கினார் வாத்தியார்.

சுந்தரேசன் வாத்தியாருக்கு அவரின் நாட்பொழுது பெரும்பாலும் அன்றைய நாளிதழ்களை மேய்வதிலேயே கழிந்து விடுகிறது. இத்தனைக்கும் அவர் ஒன்றும் செய்திகளை அவ்வளவு விரும்பிப் படிப்பவரும் அல்ல. வாத்தியாராக வேலை பார்த்த காலத்தில் அவர் எப்போதும் இதுபோல் செய்தித்தாள்களைப் படிப்பதையோ அல்லது நாட்டின் அரசியல் பிரச்சினைகளிலோ அத்தனை ஈடுபாடு காட்டியவர் அல்ல. தானுண்டு தன் வேலை உண்டு, தனது குடும்பம் உண்டு என்று இருந்தவர். ஆனால், ரிட்டையர்மண்டிற்குப் பிறகு அவருக்கு பெரிதாக ஒன்றும் வேலையில்லை. ஒரு நாளை கடத்துவதே பெரும்பாடாக இருந்தது. பெண்ணுக்குக் கல்யாணம் பண்ணி வைத்தாகிவிட்டது. பையனும் வெளியூரில் ஹாஸ்டலில் தங்கிப் பொறியியல் படித்து வந்தான். கமலமும் அவரும் மட்டும்தான்

வீட்டில். வீட்டின் வெளி வேலைகளை எல்லாம் இழுத்துப் போட்டுக்கொண்டு செய்தாலும், ஒரு நாளின் பெரும்பாலான நேரங்கள் நகராமல் அப்படியே மிச்சமிருப்பதுபோல் தோன்றும். அதனால்தான் நாளிதழ்களை வாங்கி வாசிக்கத் தொடங்கினார். ஒரு பேப்பரை எடுத்தால் ஒரே நேரத்தில் முடித்து விடமாட்டார். கொஞ்சம் கொஞ்சமாக 11 மணிக்கு டீ குடிப்பதற்கு முன் சில முக்கியமான செய்திகள் படிப்பார். டீக்குப் பிறகு சில உள்ளூர் செய்திகள் பிற செய்திகள். அதன் பிறகு ஆன்மீகம் இன்ன பிற எனத் தொடங்கி, அன்றைய நாள் முடிவதற்குள் கிசுகிசு கார்னர் வரைக்கும் முடித்து விடுவார். கமலத்திற்கு இருக்கவே இருக்கு டி.வி.யும் சீரியல்களும்.

வாத்தியாரின் மகன் மதன் நேற்று மாலைதான் வீட்டிற்கு வந்தான். இன்று காலை 11 மணிக்கு அவனுக்கு விசா இண்டர்வியூ. ஒரே பையன் இன்னும் சில மாதங்களில் படிப்பை முடிக்கப் போகிறான். முடித்துவிட்டு தங்களுடன் இருக்கப் போகிறான் என்ற எண்ணத்தில் இருந்த சுந்தரேசன் வாத்தியாருக்கு, அவன் எம்.எஸ். படிக்க அமெரிக்கா போக வேண்டும் எனச் சொன்னது சற்று ஏமாற்றமாகத்தான் இருந்தது. கமலத்திற்கு ஏமாற்றத்தைவிட கவலையும் ஒருவித பயமும்தான் இருந்தது. இத்தனை நாள் கைக்குள்ளேயே வைத்து வளர்த்த பிள்ளை, வெளிநாடெல்லாம் சென்றால் யார் அவனைப் பொறுப்புடன் பார்த்துக்கொள்வார்கள் என்கின்ற கவலை. அவன் ஒரு குழந்தைதான் என்கின்ற மனோபாவம் இன்னும் அவளுக்கு இருந்தது. தனக்கு மட்டும் இல்லை, எல்லா தாயும் அப்படித்தான் தன் பிள்ளையை நினைப்பாள் எனத் தீர்க்கமாக நம்பிக்கொண்டிருந்தாள்.

ஆனால், மதன் தனது முடிவில் தெளிவாக இருந்தான். அதுமட்டும் இல்லாமல் அவன் தனது எதிர்காலத்தைப் பற்றிய ஒரு தெளிவான சிந்தனையுடன் இருந்தான். அவனது வயதில் தான் இருந்தபோது எதிர்காலத்தைப் பற்றிய எந்த ஒரு பிம்பமும் தவிப்பும் தன்னிடம் இருந்ததில்லை என்ற நினைப்பே சுந்தரேசனுக்கு தனது மகனைப் பற்றிய ஒரு பெருமையைக் கொடுத்தது. அதுமட்டுமில்லை தன் மகன் மீதான ஒரு அளப்பரிய நம்பிக்கையையும் அது கொடுத்தது.

"ஏங்க இங்க சீக்கிரம் வாங்க" கமலத்தின் குரலைக் கேட்டு வாத்தியார் சிறிது பயந்துதான் போனார். ஏதோ அதிர்ச்சியில் இருப்பவள்போலக் கத்தினாள்.

வாத்தியார் உள்ளே சென்று பார்த்தார். கமலம் மதன் இருக்கும் அறையில் நின்றுகொண்டிருந்தாள். "ஏன் இப்படி கத்துற? வெளியில் யாருக்காவது கேட்டா என்ன நினைப்பாங்க?" என சொல்லிக்கொண்டே படுக்கையைப் பார்த்தார். அங்கு மதன் இல்லை.

"ஏங்க அங்க பாருங்க" என்று ஒரு மூலையைக் காட்டினாள். சுந்தரேசன் வாத்தியார் ஒருகணம் அதிர்ந்துதான் போனார்.

மதன் அந்த மூலையில் குறுகி உட்கார்ந்து இருந்தான். ஒரு கனமான போர்வையை உடம்பைச் சுற்றிப் போர்த்தியிருந்தான். ஏதோ ஒரு அழுக்கான துணியால் கண்களைச் சுற்றிக் கட்டியிருந்தான். கைகளைக் குறுகலாய் மடித்துக்கொண்டு, கால்களின் இடுக்கில் வைத்துக்கொண்டு ஏதோ குளிரில் நடுங்குபவனைப் போல் இருந்தான்.

அவனது அறையில் பொருட்கள் எல்லாம் சிதறிக் கிடந்தன. அலமாரியில் இருந்த புத்தகங்கள் அனைத்தும் கீழே சரிந்து கிடந்தன. டேபிளின் மேலிருந்து விளக்குகள் கீழே விழுந்து நொறுங்கியிருந்தன. அதன் டிராயர் திறக்கப்பட்ட நிலையிலேயே இருந்தது. அதன் உள்ளிருந்த பேனா நோட்டுகள் அத்தனையும் அந்த அறை முழுதும் இறைந்து கிடந்தன. அறையின் அத்தனை சன்னல்களும் இருக்கமாய் அடைக்கப்பட்டிருந்தன. செட்டாப் பாக்ஸை மட்டும் அணைத்துவிட்டு டி.வி.யை அணைக்காமல் விட்டிருந்ததினால், டி.வி.யின் திரை முழுக்க கறுப்பு வெள்ளைப் புள்ளிகளாய் அலை மோதியது. அந்த அறைக்கு ஒரு வினோதனமான தோற்றதைக் கொடுத்தது.

கமலம் பயந்துபோய் சுந்தரேசனின் கையை இறுகப் பற்றியிருந்தாள். "ஏங்க என்ன ஆச்சுனு சீக்கிரம் பாருங்க" என்றாள் நடுங்கும் குரலில்.

"மது... மது" என்றவாறே சுந்தரேசன் அவன் அருகில் சென்று கண்களைச் சுற்றிக் கட்டியிருந்த துணியை அகற்றினார். மதன் ஒருகணம் தனது உடம்பைச் சிலிர்த்துக்கொண்டு, கண் விழித்துப் பார்த்தான். போர்வையை இன்னும் நன்றாக இறுக்கிக் கொண்டான். அறையைச் சுற்றிலும் ஒரு நோட்டம் விட்டான்.

"அப்பா..."

"மது, என்னடா? என்னாச்சு? ஏன் இப்படி உட்கார்ந்திருக்க? ஏதும் காய்ச்சலா? நல்லா தூங்கினாயா இல்லையா ராத்திரி?"

"அப்பா..."

"என்னடா?"

"அப்பா, நம்மைத் தவிர வேறு யாராவது இங்கு இருக்காங்களாப்பா?" என்றான். அறை முழுமையும் திரும்பித் திரும்பிப் பார்த்துக்கொண்டே.

சுந்தரேசன் வாத்தியாருக்கு ஒன்றும் புரியவில்லை. மது பயந்தது போல் இருந்தான். நிச்சயம் பயந்துதான் போயிருக்க வேண்டும்.

"என்னடா சொல்ற. இங்க யார் இருக்கா? முதலில் நீ எழு. என்ன இது கோலம்? ரூமெல்லாம் ஏன் இப்படிப் பண்ணி வச்சிருக்க?"

"மது என்னாச்சுடா? ஏதாவது கனவு கண்டியா? ஒண்ணும் இல்லடா. வா எழுந்திரு. வந்து காபி சாப்பிடு" என்றாள் கமலம். அவனது நிலையை நினைத்துப் பயந்திருந்தாலும், அது அவனுக்குத் தெரியக்கூடாது என்பதால் இயல்பாகப் பேசுவதுபோல் பேசினாள்.

மது எழுந்தான். சுந்தரேசன் அவனது போர்வையை எல்லாம்

எடுத்து அதை ஒழுங்காக மடித்துக் கட்டில்மீது வைத்தார். மது எழுந்து கட்டில்மீது உட்கார்ந்துகொண்டான். சுந்தரேசன் அவனுக்குக் காய்ச்சல் ஏதாவது அடிக்கிறதா என வாஞ்சையுடன் தொட்டுப் பார்த்தார். ஆனால், அப்படி எதுவும் இல்லை. அது அவருக்குக் கொஞ்சம் ஏமாற்றமாக இருந்தது.

"வா மது, போய் குளிச்சிட்டு வா. அம்மா வெந்நீர் போட்டு வச்சிருக்காங்க பார். போய்ட்டு வா, போ."

மது கட்டிலில் இருந்து எழுந்தான். எதுவும் பேசவில்லை. ஜன்னல் பக்கம் போனான். அதன் தாழ்ப்பாளை நன்றாக இழுத்துப் பார்த்தான். பிறகு நிதானமாய் அந்த அறையில் இருந்து வெளியே வந்து குளியலறையை நோக்கிச் சென்றான். உள்ளே நுழைந்து கதவைச் சாத்திக்கொண்டான்.

சுந்தரேசனும், கமலமும் ஒருவரை ஒருவர் பார்த்துக் கொண்டனர்.

"எனக்கு பயமா இருக்குங்க. என்னாச்சு இவனுக்கு? ஏன் இப்படி இருக்கான்?" என்றாள் கமலம்.

"ஒண்ணும் ஆகல. நீ போய் காபி போடு. அவன் ஏதோ கனவு கண்டு பயந்திருக்கான்னு நினைக்கிறேன். எல்லாம் சரியா போய்டும்" என்றார். அவருக்கும் ஒருவித பயம் இருக்கத்தான் செய்கிறது. ஆனால், கமலத்தையும் தன்னையும் சற்றுத் தேற்றிக் கொள்ளவே அப்படிச் சொன்னார் என்பது அவருக்குத் தெரியும். கமலத்திற்கும் அது தெரிந்தே இருந்தது. ஆனால், கண்ணைத் துடைத்துக்கொண்டு சமயலறைக்குச் சென்று அவனுக்குக் காபி போடுவதில் மும்முரமானாள்.

"அப்பா... அப்பா..." மது குளியலறையில் கூப்பிடுவது கேட்டு சுந்தரேசன் வேகமாகச் சென்றார். "என்னடா, ஏதாவது வேணுமா" என்றார் அறைக்கு வெளியில் நின்றுகொண்டே.

"அப்பா, இங்கேயே நில்லுங்கப்பா. எங்கயும் போயிடாதிங்க" என்றான்.

"சரிடா, அப்பா இங்கேயெ இருக்கேன். நீ பொறுமையா குளிச்சிட்டு வா."

மது அப்படி ஒன்றும் பயந்த சுபாவமல்ல. தனக்குத் தோன்றியதை யாரிடமும் தெளிவாகச் சொல்லும் பக்குவமும் தன்னளவில் அதற்கான நியாயத்தை தைரியமாகச் சொல்லும் முதிர்ச்சியும் அவனுக்கு சிறு வயதில் இருந்தே உண்டு. பெரும்பாலும் அவன் எதற்கும் பயந்து பார்த்ததில்லை. அவன் பத்தாவது படிக்கும்போது மற்ற பசங்கள் எல்லாம் தங்கள் பெற்றோரையும் அழைத்துக்கொண்டு தேர்வுக்கு வரும் சூழலில்கூட மது தனியாகவே செல்வான். சுந்தரேசன் ஒருமுறை நானும் உங்கூட வருகிறேன் என்று சொன்னபோதுகூட "அப்பா, தேர்வு என்பதே எனது சுய சிந்தனையை பரிசீலிப்பதற்கானதுதான். அந்தத் தேர்வை எழுதச் செல்வதற்கே

நான் இன்னொருவரின் துணையை நாடுகிறேன் என்றால், அந்தத் தேர்வைச் சந்திப்பதற்கான தகுதியையே நான் இழந்து விட்டேன் என்றுதானே அர்த்தம்" என்று சொல்லி அதனை அத்தனைத் தீர்க்கமாக நிராகரித்திருக்கிறான்.

"அப்பா... அப்பா" என்றான் மது குளியலறையிலிருந்து.

"என்னடா?"

"இங்கதானே இருக்க?"

"ஆமாம்டா, நீ சீக்கிரம் குளிச்சிட்டு வா."

சற்றுநேரம் சென்று மது ஒரு வழியாகக் குளித்துவிட்டு வந்தான்.

"மது என்ன இண்டர்வியூ நினைச்சு ஏதாவது பதட்டமாக இருக்கியா? என்றார் சுந்தரேசன் சாந்தமாக.

"இண்டர்வியூவா? என்ன இண்டர்வியூ?"

"மது இன்னிக்கு உனக்கு விசா இண்டர்வியூடா, நீ அதுக்குதானே வந்திருக்க."

மது ஒருவித குழப்பமாய் பார்த்தான். அவனது முகமே ஒரு களையிழந்ததுபோல் இருந்தது சுந்தரேசனுக்கு.

"அப்பா, நான் எங்கேயும் போகலப்பா. இங்கெயே உங்க கூடவே இருக்கேன்."

கமலம் காபியை எடுத்து வந்து அவனிடம் கொடுத்துவிட்டு, அவனது தலையை மென்மையாகக் கோதிவிட்டாள்.

"மது, இது உனது லட்சியம். கனவு. இன்னும் என்ன என்னவோ, நீ படிக்கத்தான் அங்க போற. மற்றபடி படிச்சிட்டு இங்கதான் வரப் போற? நாங்க எங்க போய்டப் போறோம்? ரெண்டு வருஷம் காத்தா பறந்துவிடும் எதுக்குப் பயப்படற? அதுவும் இல்லாமல் இப்போ நீ ஏதோ குழம்பிப் போயிருக்க, ஏதேதோ யோசிச்சு உன்னையே குழப்பிட்டு இருக்க. அதனால்தான் இப்படிப் பேசற. இது எல்லாம் சரியான பின்னால போகாம விட்டுட்டோமேனு அப்புறம் நீதான் ஃபீல் பண்ணுவ" என்றார் சுந்தரேசன்.

மது அவர் சொல்வதைக் கவனித்த மாதிரியே தெரியவில்லை. அவன் வேறு ஏதோ அவனுக்குள் மூழ்கியிருந்ததுபோல் பட்டது.

"மது... மது" என்றார் சுந்தரேசன்.

"என்னப்பா? என்ன சொன்னீங்க?"

"மது இப்போ நீ ஏதோ குழம்பிப் போய் இருக்க. நீ வெளிநாடு போறியா இல்லையானு அப்புறம் முடிவு பண்ணிக்கலாம். இப்போ இண்டர்வியூ மட்டும் போய்ட்டு வந்துடலாம். நானும், அம்மாவும் உன்கூட வர்றோம்."

"ம்ம்... சரிப்பா." அதற்கு மேல் அவன் எதுவும் சொல்லவில்லை. தனது அறைக்குச் சென்றுவிட்டான்.

கமலம் நிறையவே பயந்திருந்தாள். "ஏங்க, அவனே போகலனு சொல்றான். நீங்க ஏன் அவனக் கட்டாயப் படுத்துறீங்க? அதுவும் அவன் ஏதோ பயந்த மாதிரி இருக்கான். அவனால இண்டர்வியூ எல்லாம் போய் ஏதாவது பதில் சொல்ல முடியுமா?"

"அப்படி இல்ல கமலம், என்னதான் நமக்கு அவன் போறதில் உடன்பாடு இல்லாவிட்டாலும், அதற்குப் பின்னால் நமது சுயநலம்தான் இருக்கு. நாம் நமது சந்தோஷத்திற்காக அவனது லட்சியங்களுக்குத் தடையாக இருக்கக்கூடாது. அவன் போக வேண்டும் என நினைப்பதோ அல்லது வேண்டாம் என நினைப்பதோ அவனோட தனிப்பட்ட முடிவுதான். நான் இல்லனு சொல்லல. ஆனால், அப்படி ஒரு முக்கியமான முடிவ எடுக்கக் கூடிய மனநிலையில் அவன் இப்போது இல்லையோனு எனக்குப் படுது. மற்றபடி அவன் வெளிநாட்டுக்குப் போய் படிக்கணும் என்பது அவனது லட்சியம் என்பது நமக்குத் தெரியும்தானே, அதனால் இப்போதைக்கு அவன் இண்டர்வியூ போகட்டும். அவனது இந்த பயமோ அல்லது குழப்பமோ அது சரியான பிறகு அவன் போகணும்னு நினைச்சா போகட்டும், வேண்டாம்னு நினைச்சா இருக்கட்டும். நாம ஒண்ணும் அதைத் தடுக்கப் போவது இல்லையே?"

கமலத்திற்கு அதுவும் சரியெனப் பட்டது. "சரிங்க நீங்க அவன் என்ன பண்றானு பாருங்க. நான் டிபன் ரெடி பண்ணிடறேன்."

சுந்தரேசன் மதுவின் அறைக்குச் சென்றார், அவன் கட்டிலில் குளித்துவிட்டு வந்த நிலையிலேயே வெறும் துண்டோடு படுத்திருந்தான்.

"மது... மது... ரெடியாகிவிட்டு வாடா சாப்பிடலாம்" என்றார் மெதுவாக.

அவன் அவரைத் திரும்பிப் பார்த்தான். "அப்பா, ஏதோ பயமா இருக்குப்பா. என்னச் சுற்றி ஏதோ தப்பா நடப்பது போல இருக்கு. நம்மள யாராவது ஏதாவது செஞ்சிடுவாங்களோனு தோணுதுப்பா."

"மது, யார் போயி என்ன செய்யப் போறாங்க? நீ ஏதோ அநாவசியமா பயந்திட்டு இருக்கியோனு தோணுது. காலேஜ்ல ஏதாவது பிரச்சினையா?"

மது அதற்கு பதில் ஏதும் சொல்லவில்லை. கட்டிலில் இருந்து எழுந்துகொண்டான். மூடியிருந்த அந்த ஜன்னல் அருகே சென்று அதைத் திறந்து பார்த்தான். அதன் வழியே வெளியே எட்டிப் பார்த்தான். பிறகு திரும்பவும் அந்த ஜன்னலை அடைத்துவிட்டு கட்டிலுக்கு வந்தான்.

"மது, காலேஜ்ல ஏதும் பிரச்சினையா?"

மது அவரை உற்றுப் பார்த்தான். சில கணங்கள் அப்படியே பார்த்துக்கொண்டிருந்தான். "அப்படியெல்லாம் ஒண்ணும் இல்லப்பா. நீங்க போங்க, நான் ரெடியாகிட்டு வர்றேன்."

சுந்தரேசன் அமைதியாக அந்த அறையைவிட்டு வெளியேறினார்.

மூன்று பேரும் கிளம்பி ஒரு ஆட்டோவைப் பிடித்தார்கள். “ஜெமினி போப்பா. அமெரிக்கன் எம்பசி ” ஆட்டோ அவர்களைச் சுமந்துகொண்டு சாலையில் கலந்தது.

மது யோசனையிலேயே இருந்தான். கமலம் அவனது கையைப் பற்றிக்கொண்டிருந்தாள். அது அவனுக்கு ஆறுதலாக இருக்க வேண்டும் என நினைத்தாள். ஆனால், அவன் அதைப் பற்றிய எந்தச் சிரத்தையும் இல்லாமல் இருந்தான்.

கடைசியாக ஒருமுறை அவனது ஃபைலில் இருந்த சான்றிதழ்களை எல்லாம் சரி பார்த்துக் கொண்டார் சுந்தரேசன். எது எது எங்கெங்கு இருக்கு என்பதை அவனுக்குச் சொல்லிக்கொண்டிருந்தார். அவன் அதைக் கவனித்தது போலவே தெரியவில்லை.

“மது, நீ மட்டும்தான் உள்ளே போக வேண்டும். நாங்கள் இதோ இங்கேயே வெயிட் பண்ணிட்டு இருக்கோம். இது ஸ்டூடண்ட் விசாதான். அதனால் எந்தச் சிரமமும் இருக்காது. நீ இயல்பாக இருந்தால்போதும். ஒண்ணும் பயப்படாத சரியா?” என்றார் சுந்தரேசன்.

“சரிப்பா” எனச் சொல்லிவிட்டுக் கிளம்பினான். அமெரிக்கன் எம்பசியின் அந்த பிரமாண்ட வாயிலை அவன் கடந்து செல்வதை ஏதோ ஒரு பதட்டத்துடன் சுந்தரேசனும், கமலமும் பார்த்துக் கொண்டேயிருந்தார்கள். அந்தக் கட்டடத்தில் இருந்த கடிகாரம் அப்போது மணி 09.50 எனக் காட்டியது.

சுந்தரேசனும், கமலமும் அங்கிருந்த ஒரு அலுவலகக் கட்டிடத்தின் நிழலான பகுதியில் அமர்ந்துகொண்டார்கள். விசா என்ன ஆகுமோ என்பதைவிட பையனுக்கு என்ன ஆச்சு என்பதுதான் அவர்களின் மிகப்பெரிய கவலையாக இருந்தது.

இது மதன் அல்ல. அவன் நன்றாக இருந்திருந்தால் நிச்சயமாக தாங்கள் வருவதை அனுமதித்திருக்க மாட்டான். அவனே அவனது சான்றிதழ்களை எல்லாம் பொறுப்பாக எடுத்து வைத்து அதைச் சரிபார்த்து அத்தனை குதூகலத்தோடு இந்த இண்டர்வியூவை அட்டெண்ட் செய்திருப்பான். அவன் நிச்சயம் நன்றாக இல்லை. ஏதோ பிரச்சினை நடந்திருக்கிறது அல்லது ஏதோ மறைக்கிறான். தங்களிடம் மறைக்கும் அளவுக்கு அவனிடம் எந்த ரகசியமும் இருக்காது. இருப்பதற்கும் வாய்ப்பில்லை. அவன் அத்தனையும் பகிர்ந்துகொள்வான். கல்லூரியில் நடக்கும் அத்தனையையும் சொல்லிவிடுவான். சுந்தரேசனும் கமலமும் ஒருபோதும் தாங்கள் அவனிடம் இருந்து விலகி இருப்பதாய் நினைத்தது இல்லை. தூரமாக இருந்தாலும் அவன் இவர்களோடு எப்போதும் ஏதாவது ஒரு காரணத்திற்காகப் போன் போட்டு பேசிக்கொண்டே இருப்பான். ஆனால் கடைசி இரண்டு மூன்று நாட்களாக அவனாகப் போன் போடவேயில்லை. கமலமோ அல்லது சுந்தரேசனோதான் அவனுக்கு

கால் செய்தார்கள். ஆமாம், அப்போதுகூட அவன் நன்றாகப் பேசவில்லை. கமலம் உடம்பு ஏதும் சரியில்லையாட என்றுகூட கேட்டாளே. சுந்தரேசனுக்கு இப்போதுதான் அது நினைவுக்கு வந்தது.

"கமலம், நீ அவனுக்கு உடம்பு சரியில்லையானு நேத்தோ முந்தா நேத்தோ அவனிடம் போனில் கேட்டியே, ஏன் உனக்கு அப்படிக் கேட்கணும்னு தோனுச்சு?"

கமலம் ஒரு நிமிடம் யோசித்துப் பார்த்தாள். அவளது கண்கள் கலங்கியிருந்தன. "ஆமாங்க, அவன் போனில் சரியாப் பேசல. கேட்டதுக்கு மட்டும் ஒரு ரெண்டு வார்த்தையிலே பதில் சொல்லிட்டு இருந்தான். கடைசி இரண்டு மூணு நாளாவே அவன் சரியாப் பேசலயோனு இப்ப யோசிச்சுப் பார்த்தா தோணுதுங்க. ஏதாவது பிரச்சினையா இருக்குமோ?" என்றாள். அவள் கண்களில் இருந்த கண்ணீர் முட்டியது.

"அப்படியெல்லாம் ஒண்ணும் இருக்காது. நீ பயப்படாத சரியாப் போய்டுவான். நான் சக்திக்குப் போன் பண்ணி என்னனு கேட்கறேன்."

சுந்தரேசன் அவரது செல்போனை எடுத்து சக்தியின் நம்பரைத் தேடினார். அதில் 'சக்தி மதன் பிரண்ட்' என இருந்தது. அதற்குக் கால் செய்தார்.

"ஹலோ சக்தியா. நான் மதன் அப்பா பேசறேன்."

"அப்பா, சொல்லுங்கப்பா. மதன் வந்துட்டானா? இப்ப எப்படி இருக்கான்?"

"அதற்காகத்தான் உனக்கு கால் பண்ணேன்பா. அவன் ஒரு மாதிரி டல்லா இருக்கான். என்னாச்சுப்பா, அங்க ஏதாவது நடந்துச்சா?"

"இங்கேயும் அவன் ஒரு நாலைஞ்சி நாளா டல்லாத்தான் இருந்தான். யார்கிட்டயும் சரியாப் பேசல. ரூமுக்குள்ளேயேதான் இருந்தான். சாப்பிடக்கூட சரியா வரல. போய் கூப்பிட்டாக்கூட எல்லாரும் சாப்பிட்டுப் போனதுக்கு அப்புறம்தான் மெஸ்சுக்கே வந்தான். கிளாஸ்க்கும் ரெண்டு மூணு நாளா வரல. நான் கேட்டதுக்கு உடம்பு சரியில்லைனு சொன்னான். அப்புறம் நான்தான் ஊருக்குப் போய்ட்டு வாடானு அவனக் கட்டாயப்படுத்தி பஸ் ஏத்திவிட்டேன். காலையிலேயே அவனுக்குக் கால் பண்ணேன். ஆனால், அவன் போன எடுக்கல. நானே உங்ககிட்ட இன்னும் கொஞ்ச நேரத்தில் கால் பண்ணி பேசணும்னு நினைச்சிட்டு இருந்தேன். இப்ப எப்படி இருக்கான்பா?"

"ம்ம்… பரவாயில்லை. விசா இண்டர்வியூக்குப் போயிருக்கான்."

"என்னது விசா இண்டர்வியூவா?"

"ஆமாம், யு.எஸ். போறதுக்காக எம்.எஸ். படிக்க."

“அப்படியா? அவன் என்கிட்ட இதப் பத்தி ஏதும் சொல்லவேயில்லையே?”

“அவனுக்கே அது மறந்து போயிருச்சு. நான்தான் காலையில் ஞாபகப்படுத்திக் கூட்டி வந்தேன். அதுக்காகத்தான் இன்னைக்கு வந்திருக்கான்னு நினைச்சேன்.”

“ம்ம்ம்... சரிங்கப்பா. நல்லபடியா போயிருக்கானா?”

“ம்... போயிருக்கான் பார்ப்போம்.”

“சரிங்கப்பா, ஏதாவதுனா கால் பண்ணுங்க. நான் வச்சிடறேன்.”

“ம்... சரிப்பா” என்று கட் செய்தார் சுந்தரேசன்.

அவர்கள் பேசுவதையே அவ்வளவு நேரம் கேட்டுக் கொண்டிருந்த கமலம் “என்னங்க சொல்றான்?” என்றாள் தவிப்பாக.

“கொஞ்ச நாளா டல்லாத்தான் இருந்தானாம். சக்திதான் ஊருக்கு அனுப்பிருக்கான்.”

கமலம் எதுவும் பேசவில்லை. மனசுக்குள் வீட்டில் இருக்கும் துர்க்கையை நினைத்துக்கொண்டாள். காலையில் துர்க்கையிடம் வேண்டியது நினைவுக்கு வந்தது. “எதுவும் தப்பாக நடக்கக் கூடாது” என மனதுக்குள் திரும்ப ஒருமுறை நினைத்துக் கொண்டாள். தலை லேசாக சுற்றுவதுபோல் இருந்தது. சுந்தரேசனின் தோள்களில் சாய்ந்துகொண்டாள்.

“நீ காலையில் சாப்பிட்டியா?” என்றார் சுந்தரேசன்.

கமலம் பதில் சொல்லவில்லை. அவளின் பெருகி வரும் கண்ணீர் அவரின் சட்டையை நனைத்தது.

“சாப்ட்டியா இல்லையா” என்றார் சுந்தரேசன் கொஞ்சம் அதட்டலாக.

“இல்லைங்க. இன்னைக்கு சங்க்ராந்த்தி.”

சுந்தரேசன் எதுவும் சொல்லவில்லை. பதிலாக ஒரு பெருமூச்சு விட்டார். அவருக்கும் கண்கள் கலங்கத் தொடங்கியது. ஆனால், அழக்கூடாது. முட்டிக்கொண்டு வரும். அழுகையைக் கஷ்டப்பட்டு அடக்கினார்.

அதன்பிறகு இருவரும் எதுவும் பெரிதாகப் பேசிக் கொள்ளவில்லை. தங்களுக்கு முன் இருக்கும் ஒரு உண்மை, தாங்கள் மறுக்க நினைக்கும் உண்மை, ஏற்க மறுக்கும் உண்மை, பேசத் தயங்கும் உண்மை கொஞ்சம் கொஞ்சமாக தாங்கள் பேசும்போது வெளியே வருவதாக நினைத்தார்கள். அதைப் பற்றி பேசாமல் இருப்பதே நலம் என்று நினைத்தார்கள் அல்லது அதை நேருக்கு நேராகச் சந்திக்க அவர்கள் இருவரும் அஞ்சினார்கள். ஆனால், அது ஒரு பூனைபோல அவர்கள் முன்னே வந்து படுத்துக் கிடந்தது. அவர்கள் விரட்டினாலும் அது திரும்பத் திரும்ப அவர்கள் காலின் அடியிலேயே வந்து மண்டியிட்டுக் கிடக்கிறது.

நேரம் செல்லச் செல்லக் கமலத்திற்கு மயக்கம் அதிகமாகி கொண்டே சென்றது. சென்னையின் கோடைகால வெயில் அவர்கள்மீது அனலாக இறங்கியது. கமலம் முழுவதுமாக வியர்த்துப் போய் அவரின் தோள்களில் துவண்டிருந்தாள். ஆனாலும் அவள் அதை வெளியே சொல்லவில்லை.

“கமலம், மணி 1 ஆகுது. ஏதாவது வாங்கிட்டு வர்றேன். நீ சாப்பிடு.”

“இல்லங்க, மது வந்தவுடன் எல்லாரும் போய் சாப்பிடலாம். நீங்களும்தானே இன்னும் சாப்பிடல.”

“ஏதாவது ஜூஸ் மாதிரியாவது வாங்கிட்டு வரவா? மது எப்ப வருவான்னு தெரியலயே.”

“இல்ல, பரவாயில்லைங்க. நீங்க போய் அந்த வாட்ச்மேன் இருக்காரே, அவர்கிட்ட விசாரிச்சிட்டு வந்துடுங்க எப்ப முடியும் என்னன்னு.”

“சரி நான் போய்ட்டு வந்துடுறேன். நீ இந்தா இப்படி உட்கார். இந்தத் தூணில் சாய்ஞ்சிக்க.”

“நான் பார்த்துக்குறேன். நீங்க போய்ட்டு வாங்க. புள்ள என்ன பண்றானோ தெரியல.”

சுந்தரேசன் அங்கிருந்து எழுந்து சென்றார். நேராக எம்பசியின் வெளிப்புற வாயிலுக்குச் சென்றார். அங்கு நான்கைந்து செக்யூரிட்டிகள் வயர்லஸில் பேசியபடியே இருந்தார்கள். அவர்கள் பார்ப்பதற்கு வடமாநில ஆட்களைப் போல இருந்தார்கள். வடமாநிலமோ இல்லையோ, ஆனால் யாரும் நிச்சயம் தமிழ் பேசுபவர்கள் இல்லை என்பது சுந்தரேசனுக்குப் புரிந்தது. அவர்கள் எல்லோரையும் ஒருமுறை பார்த்தார். அவர்களில் யாரிடம் பேசினால் ஏதாவது விஷயம் தெரியும் என யோசித்தார். அதில் ஒரு ஆள் மட்டும் கொஞ்சம் தென்னிந்திய ஜாடையில் இருப்பது போல இருந்தது.

சுந்தரேசன் அவரிடம் சென்று தமிழிலேயே கேட்டார்: “சார், பையன் விசா இண்டர்வியூக்காக 10 மணிக்கு உள்ளே போனான் இன்னும் வரல. இண்டர்வியூ முடிஞ்சிருக்குமா சார்?”

அவர் தனது வயர்லஸின் சத்தத்தைக் குறைத்துவிட்டுக் கேட்டார்: “விசா இண்டர்வியூவா? அது 12 மணிக்கே முடிஞ்சிருச்சே. எல்லோரும் போயிருப்பாங்களே” என்றார்.

சுந்தரேசனுக்கு நெஞ்சு படபடவென அடிக்கத் தொடங்கியது. “சார், நாங்க இங்கேயேதான் சார் காத்துட்டு இருந்தோம். பையன் இன்னும் வெளியவே வரலயே சார்” சுந்தரேசனுக்கு குரல் தழுதழுத்தது.

“இல்ல சார், நீங்க கவனிச்சிருக்க மாட்டீங்க. எல்லோரும் வெளியே போயாச்சு. நீங்க வீட்டுல போய் பாருங்க, பையன் போயிருப்பார்” என்றார்.

“சார், எதுக்கும் உள்ள ஒருமுறை செக் பண்ணிப் பாருங்களேன்” என்றார் சுந்தரேசன் கெஞ்சும் குரலில்.

“அப்படியெல்லாம் பண்ண முடியாது. நீங்க போய் வீட்ல பாருங்க” என்று சொல்லிவிட்டு தனது வயர்லஸின் கேள்விகளைக் கவனிக்கத் தொடங்கினார் அந்த செக்யூரிட்டி.

சுந்தரேசன் அகல மனமில்லாமல் அங்கேயே நின்றிருந்தார். அவருக்கு உடல் முழுக்க வியர்த்திருந்தது. தொண்டை வரண்டு போய் அடைப்பதுபோல இருந்தது. அந்த செக்யூரிட்டியையே பார்த்துக்கொண்டிருந்தார்.

கமலம் அங்கிருந்து இவர்களையே பார்த்துக்கொண்டிருந்தாள். அவளது கண் சொருகியது. சுந்தரேசன் ஒரு நிழல்போல் தெரிந்தார்.

“சார், கிளம்புங்க சார். வீட்ல போய் பாருங்க” என்று கடுகடுக்கத் தொடங்கினார் அந்த செக்யூரிட்டி.

சுந்தரேசன் செய்வதறியாது தவித்தபடியே நின்றிருந்தார். ஒருமுறை மதன் உள்ளே இல்லை என்று உறுதியாகத் தெரிந்து விட்டால் சென்று விடலாம். ஆனால், அவன் நிச்சயம் வெளியே வரவில்லை. அவன் உள்ளே சென்றது முதல் சுந்தரேசன் கண்கள் அந்த வாயிலேயே நிலைத்து இருந்தது. நிச்சயம் தன்னை மீறிச் சென்றிருக்க மாட்டான் என நம்பினார். அதனால் செக்யூரிட்டியிடம் அனுமதி பெற்று ஒருமுறை உள்ளே சென்று பார்த்துவிட்டு வந்து விடலாம் என நினைத்தார்.

“சார் ஒருமுறை நான் உள்ளே சென்று பார்த்து வரட்டுமா?” என பவ்யமாகக் கேட்டார்.

அந்தச் செக்யூரிட்டி அவரையே பார்த்தான். அவரைப் பார்க்கக் கொஞ்சம் பரிதாபமாக இருந்தது. நெருப்பாய் தகிக்கும் இந்த வெயிலில் உடலெல்லாம் வியர்த்துப் போய் ஒருவிதத் தவிப்புடன் தளர்ந்துபோய் இருப்பது என்னவோ போல் பட்டது. “சார், உள்ள எல்லாம் அனுப்ப முடியாது. நான் அனுப்புனாக்கூட மெயின் கேட்ல உங்கள அனுமதிக்க மாட்டாங்க. நீங்க இருங்க நான் அவுட் ரெஜிஸ்டர்ல அவர் வெளியில் போயிருக்காரானு செக் பண்றேன். பையன் பேர் என்ன சொன்னீங்க?” என்றார்.

“மதன், சார். ரொம்ப நன்றி சார். கொஞ்சம் பாருங்க சார் ப்ளீஸ். அவன் நிச்சயம் போயிருக்க மாட்டான் சார்” எனச் சொல்லிவிட்டு தனது கடிகாரத்தைப் பார்த்தார், மணி இரண்டை நெருங்கிக் கொண்டிருந்தது. கமலம் என்ன செய்கிறாள் என்று பார்த்தார். அவள் ஒரு தூணில் சாய்ந்திருந்தாள்.

செக்யூரிட்டி அந்த ரெஜிஸ்டரை முழுமையாகப் பார்த்துவிட்டு “சார், உங்க பையன் பேர் இன் ரெஜிஸ்டர்ல இருக்கு. ஆனால், அவுட் ரெஜிஸ்டர்ல இல்லை சார்” என்றான்.

சுந்தரேசனுக்கு அது கொஞ்சம் ஆறுதலாக இருந்தது. "அப்ப உள்ளதானே இருக்கணும்" என்றார் படபடப்பாக.

"இல்லை சார். எல்லோரும் போயாச்சு. எனக்கு நல்லாத் தெரியும். ஒருவேளை அவுட்ல பெயர் எழுதாமப் போயிருப்பாரோ என்னவோ" என்று குழப்பமாக சுந்தரேசனைப் பார்த்தார்.

அதற்குள் அருகில் இருந்த இன்னொரு செக்யூரிட்டி "என்ன விஷயம்?" என்று கேட்டார். அனைத்தையும் அவரிடம் சொன்ன போது "பையன் பேர் என்ன மதனா?" என்றார் அவர்.

அப்போது ஒரு போலீஸ் ஜீப் எம்பசியில் இருந்து வேகமாக வெளியேறியது. சுந்தரேசன் எதேச்சையாக அதன் உள்ளே பார்த்தார். அதில் மதன் உட்கார்ந்திருந்தான். தலையைக் கீழே குனிந்திருந்தான்.

சுந்தரேசன் அதிர்ச்சியில் சில நொடிகள் அவனையே பார்த்துக் கொண்டிருந்தார். மதன்தானா! மதன்தானா எனத் தனக்குள் கேட்டுக்கொண்டார். திரும்பத் திரும்ப அந்தக் கேள்வியைக் கேட்டுக்கொண்டார். ஆம், அது மதன்தான். எனது மதன். எனது மதன். "மதன்....." என கத்திக்கொண்டே அந்த ஜீப்பை நோக்கி ஓடினார். அதற்குள் அது அந்தச் சாலையில் தன்னை இணைத்துக்கொண்டு காணாமல் போனது.

அந்தச் சாலை முழுக்க வாகனங்கள் பேரிரைச்சலைக் கக்கிக் கொண்டு சென்று கொண்டிருந்தன. சுந்தரேசன் அந்த ஜீப் சென்ற திசையிலேயே பார்த்துக்கொண்டிருந்தார். ஏதோ ஒரு விபரீதம் அவரது கையை மீறி ஒரு அகலமான நெரிசலான பெரு நகரத்தின் சாலையில் கண்ணிமைக்கும் நேரத்தில் கலந்து விட்டதாகப் பட்டது.

அதற்குள் கமலம் அதைப் பார்த்து ஓடி வந்தாள். "என்னங்க என்னாச்சுங்க?" என அழத் தொடங்கினாள்.

"கமலம், நம்ம மதன். நம்ம புள்ள மதன்... போலீஸ் புடிச்சிக்கிட்டு போகுதுடி கமலம்" என வீறிட்டு அழுதார் சுந்தரேசன். காலையில் இருந்து நெஞ்சைப் பிடித்துக்கொண்டிருந்த பாரமெல்லாம் ஒரு பேரழுகையாகப், பெருந்துயரமாக மாறியிருந்தன.

"என்னங்க சொல்றீங்க? என்னாச்சுங்க?" எனக் கேட்டுக் கொண்டே, கண்கள் சொருக அதே சாலையிலேயே மயக்கம் போட்டு விழுந்தாள் கமலம்.

அதற்குள் அவர்களைச் சுற்றி ஒரு பெருங்கூட்டம் கூடியது. ஒரு முதுமையான தம்பதி நகரத்தின் நடு சாலையில் தவிப்பது எல்லோருக்கும் கொஞ்சம் வேடிக்கையாக இருக்க வேண்டும். போலியான பாவனையுடன் கஷ்டப்பட்டு வரவழைத்துக் கொண்ட இரக்கத்தைத் தங்களின் முகங்களில் காட்டிக்கொள்ள, அவர்கள் நிறையச் சிரமப்பட்டார்கள். எல்லோருக்கும் அந்தத் தம்பதிக்கு உதவி செய்ய வேண்டும் என்ற எண்ணத்தைவிட, அவர்கள் ஏன் இப்படித் தவிக்கிறார்கள் என அறிந்து கொள்வதிலேயே நிறைய

ஆர்வம் இருந்தது. அதன் பின்னால் இருக்கப் போகும் ஒரு சுவாரசியமான கதைக்காக அவர்கள் மனம் அலைமோதியது. எல்லோருக்கும் இங்கு தேவை அடுத்தவர்களின் துயரமான ஒரு கதை. நிச்சயமாக அந்தக் கதை துயரமானதாகத்தான் இருக்க வேண்டும். தங்கள் துயரங்களை மறைக்க, தங்களின் தோல்விகளை மறைக்க, தங்களின் இயலாமைகளை மறைக்க அடுத்தவர்களின் துயரங்களுக்காக மனம் ஏங்குகிறது என்பதையே அந்தக் கூட்டம் அங்கு காட்டிக் கொண்டிருந்தது.

அதற்குள் அந்த செக்யூரிட்டி அங்கு வந்து விட்டார். ஒரு பாட்டில் தண்ணீரை எடுத்த வந்து கமலத்தின் துவண்டுபோன முகத்தில் வீசியடித்தார். அனல் கொதிக்கும் அவளின் தேகத்தின் மீது குளிர்ச்சியான நீர் தெளிக்கப்பட்டதால், ஏற்பட்ட ஒரு சின்ன ஆசுவாசத்தில் கமலம் மெல்ல மெல்லத் தனது கண்களைத் திறந்தாள். அப்போது அந்தத் தண்ணீர் அவளுக்குக் கொஞ்சம் கொஞ்சமாகப் புகட்டப்பட்டது.

கமலம் கொஞ்சம் சுயநினைவு வந்தவளாய், சுந்தரேசன் கைகளில் துவண்டு கிடந்தாள். “மதன்... மதன்” என சொல்லத் தொடங்கினாள்.

“உங்கப் பையனுக்கு ஒண்ணும் இல்லமா. பயப்படாதீங்க. உள்ள ஏதோ சின்ன பிரச்சினை. அதுதான் போலீஸ்ல ஹேண்ட் ஓவர் பண்ணியிருக்காங்க. நீங்க ஸ்டேஷன் போய் அவரக் கூட்டிட்டு, வீட்டுக்குப் போலாம்” என்றார் அந்த செக்யூரிட்டி கனிவாக.

அதைக் கேட்கும்போது சுந்தரேசனுக்கும் கொஞ்சம் ஆறுதலாக இருந்தது. கமலத்தை கைத்தாங்கலாக மேலே தூக்கினார். கமலம் அவரைப் பிடித்துக்கொண்டு எழுந்து நின்றாள். அதற்குள் ஒரு ஆட்டோ நிறுத்தப்பட்டது. கமலமும் சுந்தரேசனும் ஏறிக்கொண்டார்கள்

“சார், அம்மாவை வீட்டில் விட்டுவிட்டு நுங்கம்பாக்கம் ஸ்டேஷன் போங்க. அங்கதான் உங்க பையன் இருக்கார். பெரிய பிராப்ளம் ஒண்ணும் இல்ல. உள்ள கண்ணாடிய ஏதோ உடைச்சிட்டாராம் அவ்வளவுதான்” என்று சொல்லிவிட்டு வழியனுப்பி வைத்தார் அந்த செக்யூரிட்டி.

சுந்தரேசன் அவரைக் கையெடுத்துக் கும்பிட்டார். கூட்டம் தானாகவே கலையத் தொடங்கியது.

சுந்தரேசன் வீட்டிற்குச் செல்வதற்கு முன்பே அவரது நண்பர் ராமநாதனுக்குக் காலையில் இருந்து நடந்த அத்தனையையும் சொல்லியிருந்தார். அதனால் அவர்கள் வீட்டிற்குச் சென்று இறங்கும்போது அங்கு ராமநாதனும், அவரது மனைவி பார்வதியும் இவர்களுக்காகக் காத்திருந்தனர்.

பார்வதி கமலத்தின் கையைப் பிடித்துப் பத்திரமாக ஆட்டோவில் இருந்து இறக்கினாள். கமலம் அவர்களைப் பார்த்ததும் மறுபடியும்

அழத் தொடங்கினாள். "ஒண்ணும் ஆகாது பார்த்துக்கலாம் கமலம்" என அவளுக்கு ஆறுதல் சொல்லிக் கூட்டிப் போனாள் பார்வதி.

ராமநாதன் மென்மையாக சுந்தரசேனின் தோளைத் தட்டிக் கொடுத்தார். "காலையிலேயே எங்கிட்ட ஒரு வார்த்தை சொல்லியிருக்கக் கூடாதா என்றார்."

சுந்தரேசன் ஏதும் பேசவில்லை. ஏதாவது பேசினால் அவரும் அழுதுவிடுவார் எனத் தெரியும். அதனால் அமைதியாக ராமநாதனின் கையை மட்டும் இறுக்கமாகப் பற்றிக்கொண்டார்.

"சரிடா, நாம் கிளம்பலாம். பாரு கமலத்தை சாப்பிட வை. நாங்க ஸ்டேஷன் போய் மதுவைக் கூட்டிட்டு வந்து விடுகிறோம்" எனச் சொல்லிவிட்டு ராமநாதன் கிளம்பத் தயாரானார்.

சுந்தரேசன் ஒருமுறை வீட்டின் உள்சென்று கமலத்தைப் பார்த்தார். கமலம் சோர்வாகக் கட்டிலில் படுத்துக் கிடந்தாள்.

"கமலம், நீ சாப்பிடு. தைரியமா இரு. ஒண்ணும் ஆகாது. நான் மதுவைப் பத்திரமாய்க் கூட்டிட்டு வந்துடுறேன்" எனச் சொல்லிவிட்டு அவளது நெற்றியை வருடிவிட்டார். அது அனலாகக் கொதித்தது.

சுந்தரேசனால் இயல்பாக இருக்க முடியவில்லை. அவரது பேச்சு குளறுவதுபோல் இருந்தது. கைகள் இரண்டும் சீராக மென்மையாக நடுங்கின. தொண்டை வறண்டுபோய் இருந்தது. ஒரு கிளாஸ் தண்ணீரைக் குடித்துவிட்டு ராமநாதனை கூட்டிக் கொண்டு வேகவேகமாகக் கிளம்பினார்.

போலீஸ் ஸ்டேஷன் போய் சேரும்போது மணி மூன்றரை. வயர்லஸின் சத்தம் கொரகொரவென அந்த ஸ்டேஷன் முழுக்க கேட்டுக்கொண்டிருந்தது. எல்லோரும் ஏதேதோ ஒரு வேலையில் மூழ்கி இருந்தார்கள். சில போலீஸ்காரர்கள் நிறையவே பரபரப்பாக இருந்தார்கள். இவர்கள் உள்ளே வந்ததைப் பற்றி யாரும் எதுவும் கண்டுகொண்டதாய்த் தெரியவில்லை. ஒரு கான்ஸ்டபிள் அவ்வளவு அதிகாரமாக யாருடனோ போனில் பேசிக்கொண்டிருந்தார். "நாலு மணிக்குள்ள வரலனா நாங்க ஜீப்ப எடுத்துட்டு உங்க வீட்டுக்கு வந்து விடுவோம்" என அந்த காவல் நிலையம் முழுவதும் கேட்குமாறு போனில் கத்திக் கொண்டிருந்தார்.

சுந்தரேசனுக்கு அந்த இடம் சுத்தமாகப் பிடிக்கவில்லை. சீக்கிரம் இங்கிருந்து மதனைக் கூட்டிக்கொண்டு வெளியே போக வேண்டும் என நினைத்துக்கொண்டார். மதன் எங்கிருக்கிறான் என அந்த ஸ்டேஷன் முழுக்க கண்களால் துழாவினார்.

ராமநாதன் அவரின் கையைப் பிடித்து அந்த அறையின் ஓரமாக அமர்ந்திருந்த ஒரு போலீஸிடம் அழைத்துச் சென்றார். "சார், எங்க பையன இங்க கூட்டிட்டு வந்திருக்காங்க" என்று மெதுவாகச் சொன்னார் ராமநாதன்.

அந்தக் காவலர் அவர்கள் பேசியது எதுவும் கண்டுகொள்ளாமல், எழுத்துப் பணியிலேயே மும்முரமாக இருந்தார். "சார்... சார்..." என்றார் ராமநாதன் திரும்பவும்.

"உள்ள போய் கேளுங்க. எனக்கு எதுவும் தெரியாது." அவர்களை நிமிர்ந்துகூடப் பார்க்காமல் அந்தக் காவலர் கோபமாகச் சொன்னார்.

ராமநாதன் அமைதியாக உள்அறைக்குச் சென்றார். அங்கு இருந்த காவலர் நிச்சயம் கொஞ்சம் உயர் அதிகாரியாக இருக்க வேண்டும். போனில் யார் கூடவோ அத்தனை ரகசியமாகப் பேசிக்கொண்டிருந்தார். கொஞ்சம் வெட்கப்பட்டுக்கொண்டே, மெலிதாகக் கனிவாகப் பேசுவதுபோல் இருந்தது ராமநாதனுக்கு. அவர் பேசி முடிக்கட்டும் எனப் பொறுமையாக காத்திருந்தார்கள்.

சற்றுநேரம் கழித்து அந்தக் காவலர் போனைத் தனது காதில் பொருத்திக்கொண்டே இவர்களைப் பார்த்து கண்ஜாடையிலேயே 'என்ன?' என்பதுபோல் கேட்டார். ராமநாதன் சொல்ல முற்படும்போது, கைகளை நீட்டி கொஞ்சம் பொறுக்கச் சொன்னார். பின்னர் போனைக் கட் செய்துவிட்டு "என்ன?" என்றார். இப்போது அவரது குரலில் கடுமை கூடியிருந்தது.

"சார், எங்க பையனை அமெரிக்கன் எம்பசியில் இருந்து இங்க கூட்டி வந்ததாகச் சொன்னாங்க" என்று பவ்யமாகச் சொன்னார் ராமநாதன்.

"ஆமாம், இங்கதான் இருக்கான். நீங்க என்ன வேணும்?"

சுந்தரேசனுக்கு இப்போதுதான் கொஞ்சம் நிம்மதியாக இருந்தது. "அப்பா சார்" என்றார்.

"அப்படியா? என்ன சார் பிரச்சினை உங்க பையனுக்கு? எம்பசில உள்ள கண்ணாடி, டி.வி.யெல்லாம் உடைச்சிருக்கான். எதும் வீட்ல பிரச்சினையா?"

"அப்படியெல்லாம் இல்ல சார். எங்களுக்கே இன்னும் என்னானு புரியல. நாங்க வேணா கொஞ்சம் பேசிப் பார்க்கட்டுமா சார்?"

"ம்ம்... அந்த ரூம்லதான் இருக்கான். நாங்க கேட்டா எந்த பதிலும் சொல்ல மாட்டேன்றான். என்னனு கேட்டுட்டு வந்து சொல்லுங்க. எம்பசிக்கு பதில் சொல்லணும்."

சுந்தரேசன் வேகவேகமாக அந்த அறையை நோக்கிச் சென்றார். அது அந்தக் காவல் நிலையத்தின் ஒரு மூலையில் இருந்தது. வெளிச்சமற்று, காற்றோட்டம் ஏதும் இல்லாமல் குறுகலாய் இருந்தது. அதன் மூலையில் மதன் மட்டும் அமர்ந்திருந்தான். சட்டையெல்லாம் கசங்கியிருந்தது. தலைமுடி அத்தனை அலங்கோலமாக இருந்தது. அவன் முகத்தின் இடது பக்கம் நன்றாகவே வீங்கி ரத்தக்கட்டுபோல இருந்தது. அந்த நிலையில் அவனைப் பார்த்த சுந்தரேசனுக்கு அழுகை பீறிட்டுக்கொண்டு வந்தது. சிரமப்பட்டு அதை அடக்கிக் கொண்டார். "மதன்... மது..." என்றார் சன்னமாக அவனது தலையை

வருடிக்கொண்டே.

மதன் திடுக்கிட்டு எழுந்தான். அவரை வேகமாகத் தள்ளி விட்டான். சுந்தரேசன் அதை எதிர்பார்க்காததால், கொஞ்சம் நிலைதடுமாறிக் கீழே விழுந்தார்.

"மதன், அப்பாடா" என்றார்.

மதன் ஒருமுறை கண்ணைக் கசக்கிக்கொண்டு அவரை நன்றாகப் பார்த்தான். "அப்பா..." என அழத் தொடங்கினான்.

அவன் அழுவதைப் பார்த்ததும், சுந்தரேசனும் சேர்ந்து அழுதார். "என்னாச்சுடா மது? ஏண்டா இப்படிப் பண்ணுன?"

"அப்பா, எனக்கு பயமா இருக்குப்பா. என்ன எங்கேயாவது கூட்டிட்டுப் போய்டுங்க பா. இங்க வேணாம்ப்பா. யார் யாரோ வர்றாங்க, அடிக்கிறாங்கப்பா" எனக் கதறினான்.

சுந்தரேசனுக்கு என்ன சொல்வது எனத் தெரியவில்லை. அத்தனைச் செல்லமாக வளர்ந்த கடைக்குட்டி அவன். இதுவரை யாரும் அவனிடம் கடுமையாகப் பேசியதுகூட இல்லை. அவனுக்கு ஏன் இந்த நிலைமை? என்ன ஆச்சு அவனுக்கு?

"அப்பா... போலாம்ப்பா... சீக்கிரம் என்ன இங்கிருந்து கூட்டிட்டுப் போப்பா, ப்ளீஸ்..."

"மதன், அப்பா உன்ன பத்திரமாக் கூட்டிட்டுப் போறேன்டா. அப்பா இருக்கேன்ல பயப்படாத. எம்பசில என்ன நடந்தது? ஏன் எல்லாத்தையும் உடைச்சியாமா?"

"அப்பா, அங்க எல்லாரும் என்னப் பத்தி எல்லா விஷயங்களையும் கேட்டாங்கப்பா. என்னோட கைரேகை, போட்டோ எல்லாம் எடுத்து அவங்களுக்கு அனுப்ப டிரை பண்ணாங்கப்பா. அது அவங்க கைக்குப் போச்சுனா அவ்வளவுதான். அதனால்தான் நான் அங்கிருந்து தப்பிச்சு வர முயற்சி பண்ணேன். அதுலதான் கண்ணாடிலாம் உடைஞ்சிருச்சு. நம்ம சீக்கிரம் இங்கிருந்து கிளம்பனும் இல்லனா என்னத் தேடி இங்கேயும் வந்துடுவாங்க."

சுந்தரேசனுக்குத் தலை சுற்றியது. "மதன் என்னடா உளறிட்டு இருக்க? யாரு உன்னத் தேடி வரப் போறா?"

மதன் அவரை அத்தனைக் கோபமாகப் பார்த்தான். அவனை எப்போதும் அவ்வளவு கோபமாய் பார்த்தது கிடையாது. சுந்தரேசனுக்கே அவனைப் பர்க்க கொஞ்சம் பயமாக இருந்தது.

"நான் உளறிட்டு இருக்கேனா? நானா... நானா? நான் இங்கிருந்து போறேன். நீங்கல்லாம் என்னமோ பண்ணுங்க. என்னமோ பண்ணுங்க" எனச் சத்தமாகக் கத்திக்கொண்டே அங்கிருந்த ஓடத் தொடங்கினான். அங்கிருந்த எல்லா காவலர்களும் சத்தம் கேட்டு அவனைச் சூழ்ந்து கொண்டனர். மதன் அவர்களை மூர்க்கமாகத் தாக்கத் தொடங்கினான். அவர்களிடம் திமிறிக்கொண்டு ஓட முற்பட்டான். சில பேர் அவனது

கைகளைப் பின்புறமாக மடக்கினர். சிலர் அவனது கழுத்தைச் சுற்றி வளைத்துக்கொண்டனர். அவனை அப்படியே கீழே தள்ளி விலங்கை லாவகமாக, அவனது கைகளில் மாட்டிவிட்டனர். மதனின் சட்டை முழுவதுமாகக் கிழிந்து விட்டிருந்தது.

ராமநாதன் வேகமாக சுந்தரேசனிடம் வந்தார். அறையில் இருந்து இன்ஸ்பெக்டர் வெளியே வந்து பார்த்தார். "யார் அவனோட அப்பா?" என்றார் மிரட்டலாக.

ராமநாதன் சுந்தரேசனைக் காட்டி "இவர்தான் சார்" என்றார். சுந்தரேசன் செய்வதறியாமல் என்ன நடக்கிறது என்றே புரியாமல் தளர்வாக நின்றிருந்தார்.

"உள்ள வாங்க" எனச் சொல்லிவிட்டு அறைக்குள் சென்றார் இன்ஸ்பெக்டர்.

ராமநாதன் சுந்தரேசனை அழைத்துக்கொண்டு சென்றார்.

இன்ஸ்பெக்டரின் முகம் முன்பைவிடக் கொஞ்சம் கடுமை குறைந்ததுபோல் இருந்தது. அவர் சுந்தரேசனைப் பார்த்த பார்வையில் கொஞ்சம் பரிதாபமும் நிறையக் கருணையும் இருந்தது. "டீ சாப்ட்றீங்களா" என்றார். இவர்களின் பதிலுக்குக் காத்திராமலே, கான்ஸ்டபிளைக் கூப்பிட்டு மூன்று டீ வாங்கி வரச் சொன்னார்.

"பையன் ஏதும் சாப்பிட்டானா?" என்றார் சுந்தரேசனைப் பார்த்து.

"காலையில் சாப்பிட்டதுதான். இன்னும் எதுவும் சாப்பிடல சார்."

"கான்ஸ்டபிள் பையனுக்கு தண்ணீர் கொடுக்கச் சொல்லுங்க. அவனுக்கு ஏதாவது சாப்பாடு வாங்கிட்டு வாங்க" என அவரது அறையிலிருந்தே கட்டளையிட்டார்.

"என்ன சார்? உங்க பையனுக்கு மனநிலை ஏதும் சரியில்லையா? அத எங்ககிட்ட இருந்து ஏதும் மறைக்க ட்ரைப் பண்றீங்களா?"

"அய்யோ சார், அப்படியெல்லாம் இல்ல சார். ரொம்பத் திறமையான பையன் சார். மனநோய்லாம் ஏதும் இல்லை சார். இதற்கு முன்பும் இல்லை. இனியும் இல்லை சார். ஏதோ ஒரு குழப்பத்தில் இருக்கான் சார். மற்றபடி ரொம்ப அமைதியான பையன் சார்" என்றார் சுந்தரேசன்.

"சார், ரொம்ப நல்லா படிக்கிறப் பையன் சார். நல்ல குடும்பம் சார். ஏதோ போதாத காலமோ என்னமோ, இப்படி இருக்கான். நேரம் கீரம் ஏதும் சரியில்லையானு தெரியல சார்" என்றார் ராமநாதன் தன் பங்கிற்கு.

"சரி. அப்படினா இப்பத்தான் ஆரம்பிச்சிருக்கு" என்று சொல்லிவிட்டு இருவரது முகத்தையும் மாறி மாறிப் பார்த்தார் இன்ஸ்பெக்டர்.

“சார்... என்ன சொல்றீங்கனு... புரியல சார்” நிறுத்தி நிறுத்திப் பேசினார் சுந்தரேசன்.

இன்ஸ்பெக்டர் அதைக் கவனிக்காததுபோல ஒரு ஃபைலை எடுத்துப் பார்க்கத் தொடங்கினார். கொஞ்ச நேரம் யாரும் எதுவும் பேசவில்லை. சுந்தரேசனுக்குப் பையனை இங்கிருந்து கூட்டிட்டுப் போனால் போதும் என்றிருந்தது. அதை எப்படிக் கேட்பது எனத் தெரியவில்லை. ராமநாதனைக் குழப்பமாய்ப் பார்த்தார். அவர் நான் பாத்துக்கிறேன், பொறுமையாய் இரு என்பதுபோல ஜாடை காட்டினார்.

அதற்குள் டீ வந்தது. சுந்தரேசனும் காலையில் இருந்து எதுவும் சாப்பிடவில்லை. டீயைப் பார்த்தவுடன் அவரது வயிறு இறுக்கிப் பிடிப்பதுபோல இருந்தது. பசி. ஆனாலும் மதன் எதுவும் சாப்பிடவில்லை என்ற நினைவு வந்தது. பொறுமையாக இருந்தார்.

“ம்ம்... டீயைச் சாப்பிடுங்க” என்றார் இன்ஸ்பெக்டர்.

“சார்... பையன... கூட்டிட்டுப் போலாமா?” என்றார் ராமநாதன்.

“எங்க?”

“வீட்டுக்கு.”

“வீட்டுக்கா?” என இன்ஸ்பெக்டர் சொல்லும்போது, அவரது குரல் முன்புபோலவே கடுமையாக மாறிவிட்டிருந்தது.

“வீட்டுக்குப் போனா சரியாய்விடுவான் சார்.”

“என்ன விளையாடுறீங்களா? எம்பசி கேஸ் தெரியுமா? உங்க பையன் என்ன ரோட்டோர பெட்டிகடையோட முறுக்கு டப்பாவ உடைச்சானு நினைக்கிறீங்களா? அமெரிக்கன் எம்பசியில் போய் கண்ணாடிய உடைச்சிருக்கான். வீட்டுக்குக் கூட்டிட்டுப் போறோம்னு சாதாரணமாக் கேட்கறீங்க.”

ராமநாதனும் சுந்தரேசனும் கொஞ்சம் பயந்துதான் போனார்கள். எதுவும் பேசாமல் அமைதியாகத் தலையைக் குனிந்துகொண்டார்கள்.

“டீயைச் சாப்பிடுங்க முதல்ல” என இன்ஸ்பெக்டர் சொல்லி முடிப்பதற்குள், இருவரும் டீயை எடுத்துக் குடிக்கத் தொடங்கியிருந்தனர்.

“சரி, நீங்க வெளிய உட்காருங்க. நா்ன் கூப்பிட்றேன்” எனச் சொல்லிவிட்டு, இன்ஸ்பெக்டர் வேகவேகமாக வெளியே சென்றார்.

சுந்தரேசனுக்குக் கண்கள் கலங்கியிருந்தன. ராமநாதன் அவரது கைகளைப் பற்றிக்கொண்டார். “ஒண்ணும் கவலைப் படாதடா. மருமகனோட சித்தப்பா காஞ்சிபுரம்லதான் எஸ்.பி.யா இருக்கார். நான் பேசிக்கிறேன். உண்மையோ இல்லையோ ராமநாதன் பேசியது சுந்தரேசனுக்குக் கொஞ்சம் இதமாக இருந்தது. வெளியே வந்து பார்த்தார். மதன் பிரியாணி பொட்டலத்தைப் பிரித்து யாரையும் பார்க்காமல் வேகவேகமாகச் சாப்பிட்டுக்கொண்டு இருந்தான்.

அது சுந்தரேசனுக்குக் கொஞ்சம் நிம்மதியைக் கொடுத்தது.

"நீ ஏதாவது சாப்பிட்டியா?" என்றார் ராமநாதன்.

"இல்லடா. எல்லாம் சரியாகட்டும் அப்புறம் சாப்டுக்கலாம்."

"எதுக்கு நீயும் உன் பொண்டாட்டிபோல மயக்கம் போட்டு விழறதுக்கா? வா வெளிய போய் ஏதாவது சாப்பிட்டு வருவோம்."

சுந்தரேசனுக்கும் ஏதாவது சாப்பிட வேண்டும் போல இருந்தது. ஆனால், "இன்ஸ்பெக்டர் ஏதும் தேடப் போறார்டா" என்றார்.

"கான்ஸ்டபிள்கிட்ட கேட்டேன் அவர் பின்னாடிதான் தம் அடிக்க போயிருக்காராம், நான் சொல்லிட்டு வர்றேன் நீ வெளிய வெயிட் பண்ணு."

சுந்தரேசன் ஸ்டேஷனுக்கு வெளியே போய் நின்றுகொண்டார். புங்கை மரத்தின் நிழல் கோடையின் வெம்மைக்கு இதமாக இருந்தது. ஆனால், மனம் முழுக்க அத்தனைப் புழுக்கமாய் இருந்தது. ராமநாதன் சொல்வதும் சரிதான். ஏதாவது கொஞ்சமாய் சாப்பிட்டுக்கொள்வோம். கமலம்போல ஒருவேளை மயக்கம் போட்டுவிட்டால், மதனை எப்படி இங்கிருந்து கூட்டிச் செல்வது என நினைத்துக்கொண்டார். ராமநாதன் வந்ததும் ஸ்டேஷன் அருகிலேயே இருந்த கடைக்குச் சென்று ரெண்டு புரோட்டாவை வாங்கிச் சாப்பிட்டார். நிறையவே தண்ணீர் குடித்து வயிற்றை முழுமையாக நிரப்பிக்கொண்டார். கமலம் சாப்பிட்டு இருப்பாளா என அப்போது ஒருமுறை நினைத்துக்கொண்டார்.

"மருமகன்கிட்ட பேசி எஸ்.பி.கிட்டப் பேசிட்டேன். அவர் இன்ஸ்பெக்டர் கிட்ட பேசறேன்னு சொல்லியிருக்கார். நீ ஒண்ணும் கவலைப்படாத" என்றார் ராமநாதன்.

"ம்ம்... சரி" எனத் தலையாட்டினார் சுந்தரேசன். வேறு என்ன சொல்வது எனத் தெரியவில்லை. அதற்குள் இன்ஸ்பெக்டர் கூப்பிடுவதாகச் சொல்லவும் வேகமாக ஸ்டேஷன் சென்றார்கள்.

மதனின் குரல் ஸ்டேஷன் வெளியே வரை கேட்டது. "என்ன விட்டு விடுங்கள் சார், ப்ளீஸ்..." எனக் கெஞ்சிக் கொண்டிருந்தான். சுந்தரேசன் வேகவேகமாக ஓடினார்.

"எங்க சார் போனீங்க? கூடவே இருந்து பார்த்துக்கங்க" என ஒரு கான்ஸ்டபிள் கத்தினார்.

"மதன்... மதன்... என்னப்பா? அப்பா இங்கதான், உன்ன கூட்டிப் போகத்தான் வந்திருக்கேன். சீக்கிரம் போய்டலாம். நீ அமைதியா இரு."

"அப்பா, சீக்கிரம் போலாம்ப்பா. இங்க வேணாம்பா. அவங்க வந்துடுவாங்கப்பா."

"சரி, சரி. நீ அமைதியா இரு. நான் இன்ஸ்பெக்டர்கிட்டப் பேசிட்டு வர்றேன்."

“என்ன சார்? சாப்டுட்டு தெம்பா கத்துறானா உங்க பையன்” என்றார் இன்ஸ்பெக்டர் நக்கலாக.

“சார், ஜெயராமன் எஸ்.பி...” என்றார் ராமநாதன் தயங்கித் தயங்கி.

“நீங்க முதல்ல உள்ள வாங்க” என்று சொல்லிவிட்டு, அவரது அறைக்குச் சென்றார்

இருவரும் அவர் பின்னாலேயே தொடர்ந்து சென்றார்கள்.

“சார், பையன் ஏதோ குழப்பத்தில் இருக்கான், அதுவும் இல்லாமல் போலீஸ் ஸ்டேஷன்லாம் அவன் வந்ததில்லை. அதனால் ஏதோ பயத்தில் இப்படி நடந்துட்டு இருக்கான். வீட்டுக்குப் போனா சரியாகிவிடுவான். கொஞ்சம் நீங்கதான் தயவுபண்ணி அவன அனுப்பனும் சார்” என்றார் சுந்தரேசன்.

“காஞ்சிபுரம் எஸ்.பி. யாரு உங்க ரிலேட்டிவா?” என்றார் இன்ஸ்பெக்டர் ராமநாதனைப் பார்த்து.

“ஆமாம் சார்.”

“ஏன் சார் புரிஞ்சிக்க மாட்டேங்கிறீங்க? ரெண்டு பேரும் படிச்சவங்கதானே? பையனப் பார்த்தா நல்லா இருக்க மாதிரியா இருக்கான்?”

“சார், நல்லாத்தான்....”

“நிறுத்துங்க சார். அவனோட மனநிலை சரியில்லை. அது தெரியலயா உங்க ரெண்டு பேருக்கும்? அவன ஏதாவது ஆஸ்பிட்டல் கூட்டிட்டுப் போகணும். இந்த நிலைமைல உங்களால கூட்டிட்டுப் போக முடியாது. நான் கான்ஸ்டபிள வச்சு மனநலக் காப்பகத்திற்கு அனுப்பறேன். அங்க டாக்டர் பார்த்து வைத்தியம் பண்ணி சரியாகிட்டானா, அப்புறம் நீங்க வீட்டுக்குக் கூட்டிட்டுப் போங்க.”

“சார், எம்பசியில் இருந்து ஏதும் புகார் கொடுத்தாங்களா சார்?”

“நீங்க ஏன் கேட்கறீங்கனு தெரியும். எம்பசில இருந்து கம்ப்ளெயிண்ட்லாம் ஏதும் கொடுக்கல. அவங்களும் ஆஸ்பத்திரிக்கு அழைச்சிட்டுத்தான் போகச் சொன்னங்க. உங்க பையன் மேல கேஸ்லாம் ஏதும் போடல. உங்க நல்லதுக்குத்தான் சொல்றேன். ஆஸ்பத்திரிக்குக் கூட்டிட்டுப் போலாம்.”

இதுவரை அமைதியாக இருந்த சுந்தரேசன் கதறி அழத் தொடங்கினார். “சார், அப்படி மட்டும் தயவுசெய்து பண்ணிடாதீங்க சார். என் பையனோட வாழ்க்கையே போயிடும் சார். உங்க கால்ல வேணா விழறேன் சார். அவனுக்கு மனநோயெல்லாம் ஏதும் இல்ல சார். அவனுக்கு அதெல்லாம் வராது சார். அவன் அறிவாளி சார். ஒருமுறை மெண்டல் ஆஸ்பத்திரிக்குப் போய்ட்டா அவ்வளவுதான், அவனோட எதிர்காலமே பாழாப் போய்டும் சார். அப்புறம் நாங்க எல்லாம் குடும்பத்தோட தற்கொலைதான்

சார் பண்ணிக்கனும். சார் தயவுசெய்து எங்களோட அனுப்பிடுங்க சார். இதுக்கு அப்புறம் நிச்சயம் இப்படிப் பண்ணாம நான் பார்த்துக்கிறேன் சார்."

இன்ஸ்பெக்டர் பொறுமையை இழந்துகொண்டிருந்தார் "என்ன இவ்வளவு சொல்றேன் முட்டாள்த்தனமா பேசிட்டு இருக்கீங்க. உங்க பையனோட எதிர்காலம் நல்லா இருக்கணும்னுதான், நான் பேசிட்டு இருக்கேன்."

"அப்படினா எங்களோட அனுப்பிடுங்க சார்" என்றார் ராமநாதன் தீர்க்கமாக. இப்போது அவருக்கு கொஞ்சம் தைரியம் வந்திருந்தது.

இன்ஸ்பெக்டர் நிதானமாக இருவரையும் பார்த்தார். சுந்தரேசன் கண்ணிலிருந்து கண்ணீர் கொட்டிக் கொண்டிருந்தது.

"சரி, பையன நாங்களே மனநல மருத்துவர்கிட்ட கூட்டிப் போய் காட்டிக்கிறோம்னு, ஒரு லெட்டர் எழுதிக் கொடுத்துட்டு அதுக்கப்புறம் நீங்க எங்க வேணா கூட்டிட்டுப் போங்க" எனச் சொல்லிவிட்டு அங்கிருந்து வேகமாகக் கிளம்பினார் இன்ஸ்பெக்டர்.

சுந்தரேசன் அவரைக் கையெடுத்து கும்பிட்டார். இன்ஸ்பெக்டர் அதைத் துளியும் கண்டுகொள்ளாமல் ஜீப்பில் ஏறிக் கிளம்பினார்.

ஒரு வழியாக மதனைக் கூட்டிக்கொண்டு வெளியே வந்தார்கள். சுந்தரேசனுக்கு இப்போதுதான் கொஞ்சம் தெம்பாக இருந்தது. மதனைப் பார்த்தார். அவன் எதையோ வெறிக்கப் பார்த்துக் கொண்டிருந்தான். அவனது சட்டை முழுவதுமாக கிழிந்து தொங்கிக்கொண்டிருந்தது. தலையெல்லாம் கலைந்துபோய் அலங்கோலமாக இருந்தான். ஆனால், அவன் அது பற்றிய எந்த பிரக்ஞையும் இல்லாமல் ஏதோ தீவிரமாக யோசித்துக் கொண்டிருந்தான். ராமநாதன் அருகில் இருந்த கடையில் ஒரு வாட்டர் பாட்டில் வாங்கி வந்தார். அதை மதனிடம் கொடுத்து "முகம் கழுவிக்கோ மதன்" என்றார்.

மதன் அதை வாங்கவில்லை. அந்தத் தண்ணீர் பாட்டிலையே வெறித்துப் பார்த்துக்கொண்டிருந்தான். சுந்தரேசன் பாட்டிலை வாங்கித் தண்ணீரை எடுத்து அவரே மதன் முகத்தை அலம்பி விட்டார். அவனது கலைந்துபோன தலையைக் கொஞ்சம் சரிசெய்துவிட்டார். மிச்சம் இருக்கும் பட்டன்களைக் கொண்டு அவனது சட்டையை ஓரளவு ஒழுங்குபடுத்தினார்.

"மது, வீட்டுக்குப் போனால் எல்லாம் சரியாகிடும். நீ எதுவும் பயப்படாத புரியுதா" என்றார்.

மதன் ஒரு நிமிடம் அதிர்ச்சியாய் பார்த்தான். "வீட்டுக்கா? வீட்டுக்கு வேணாம்பா. வேற எங்காவது போய்டலாம். வீட்டில் அவங்க நமக்காகக் காத்திருப்பாங்க. வேற எங்காவது என்ன கூட்டிப் போய்டுங்கப்பா."

"மதன், யார் காத்துட்டு இருக்கப் போறா? யாரும் அப்படி இல்ல. நீயாவே ஏதேதோ கற்பனை பண்ணிட்டு இருக்காத. யாரும் எதுவும் செய்ய மாட்டாங்க. நீ அப்பாகூட வீட்டுக்குப் போ காலையில் தூங்கி எழுந்தால் எல்லாம் சரியாகிவிடும்" என்றார் ராமநாதன்.

மதன் அவரை அத்தனை வெறுப்பாய் பார்த்தான். அவன் நிதானத்தை இழந்துகொண்டு இருப்பதுபோல் பட்டது. "நான் ஒண்ணும் கற்பனை பண்ணல. உங்களுக்கு ஏதும் புரியாது. புரிஞ்சிக்க முடியாது. நான் சொல்றதக் கேளுங்க, வீட்டுக்கு வேணாம். வேறு எங்காவது போலாம்."

"மது, அம்மா வீட்ல தனியா இருக்காங்கடா. இன்னிக்கு ராத்திரி மட்டும் வீட்டுக்குப் போலாம். காலையில் எங்காவது போய்டலாம். அப்பா, அம்மா நீ மூணு பேரும் எங்காவது போகலாம். இப்ப வாடா வீட்டுக்குப் போய்டலாம் டா."

"அய்யோ அப்பா, அம்மாவத் தனியா இருக்கவிடாதீங்க. அம்மாவையும் வரச் சொல்லுங்க. யாரும் அந்த வீட்டுல இருக்க வேண்டாம். ஒரு நிமிஷம்கூட அங்க இருக்கக் கூடாது. அம்மாவ சீக்கிரம் வரச் சொல்லுங்க."

"டேய் என்னடா புரியாமப் பேசிட்டு இருக்க. இந்த நேரத்தில எல்லோரும் எங்கப் போறது?"

மதன் கோபமாய் பார்த்தான். "நீங்க வரலனா பரவாயில்லை. என்ன விடுங்க, நான் போறேன். நீங்கல்லாம் என்னமோ பண்ணுங்க" என்று சொல்லிவிட்டு, அவரது கைகளிலிருந்து விடுபட்டு ஓடத் திமிறினான். ராமநாதன் வேகமாக வந்து அவனைப் பிடித்துக்கொண்டார் "மதன் சொல்றதக் கேளு... சொல்றதக் கேளுடா" என அவனது கைகளைச் சுந்தரேசன் இன்னும் இறுக்கமாய்ப் பிடித்துக்கொண்டார்.

மதன் மிகுந்த மூர்க்கமாய் மாறினான். அவர்களால் அவனை கட்டுக்குள் வைக்க முடியவில்லை. சாலையில் செல்பவர்கள் எல்லாம் இவர்களை வினோதமாகப் பார்த்துச் சென்றனர்.

ஒருவழியாக சுந்தரேசன் ஒத்துக்கொண்டார். "சரி, மதன் போலாம். அப்பா கூட்டிட்டுப் போறேன். நீ எங்கேயும் போய்டாதடா ப்ளீஸ்."

மதன் இப்போது கொஞ்சம் அமைதியானான். கைகளை உதறிக்கொண்டான். "அம்மாவைப் போன் போட்டு சீக்கிரம் வரச் சொல்லுங்க" என்றான்.

சுந்தரேசன் செய்வதறியாமல் நின்றார். ராமநாதனைப் பார்த்தார். ராமநாதனுக்கும் ஒன்றும் புரியவில்லை. அவரது வீட்டில் நேற்றுதான் அவரது மகளும் மருமகனும் வந்தார்கள். அவர்கள் இருக்கும்போது மதனை அங்கு கூட்டிச் செல்வது அத்தனை நன்றாக இருக்காது. ஏதாவது பிரச்சினையாகிவிடும். சுந்தரேசன் ஒருவேளை அந்த

எண்ணத்தில் இருந்தால் என்ன செய்வது என யோசித்தார்.

"ராமா, கமலத்தை நான் போன் போட்டு வரச் சொல்லிடறேன். பொண்ணு வீட்டுக்குப் போய் ஒரு ரெண்டு நாள் இருந்துட்டு, அப்படியே ஏதாவது கோயில் குளம்னு ஒரு வாரம் சுத்திட்டு வந்துர்றோம் டா."

ராமநாதனுக்கு கொஞ்சம் நிம்மதியாக இருந்தது. "ஆமாம்டா, நானும் அதுதான் நினைச்சேன். வேலூர் பக்கத்திலகூட ஏதோ ஒரு அம்மன் கோயில் இருக்கு. இதுபோல கொஞ்சம் பயந்தவர்கள் எல்லாம் ரெண்டு நாள் அங்கேயே இருந்து கோயிலை நாற்பத்தெட்டுமுறை சுற்றி வந்தால் சரியாகிவிடும் என்று நான் கேள்விப்பட்டு இருக்கேன். அது எந்தக் கோயில்னு நான் விசாரிச்சுச் சொல்றேன். நீ அப்படியே அங்கேயும் கூட்டிட்டுப் போய்ட்டு வந்துடு."

சுந்தரேசன் எதுவும் சொல்லவில்லை. கமலத்திற்குப் போன் செய்து நிலைமையை முழுவதும் விளக்கிக் கோயம்பேட்டிற்கு வரச் சொல்லிவிட்டார். கமலத்திற்கு அதுதான் சரியெனப்பட்டது. போலீஸ் ஸ்டேஷனில் இருந்து அவனைக் கூட்டி வந்து விட்டதே, அவளுக்கு ஒரு பெரிய நிம்மதியைக் கொடுத்தது.

சுந்தரேசனும் ராமநாதனும் மதனைக் கூட்டிக்கொண்டு கோயம்பேட்டிற்குச் செல்வதற்கு ஒரு ஆட்டோவில் ஏறிக் கொண்டனர்.

மதன் அமைதியாகவே வந்தான். அவனது கோபம் இப்போது முழுமையாகக் குறைந்திருந்தது. தனது கையை இறுக்கமாய்ப் பற்றிக்கொண்டிருந்த சுந்தரேசனின் கையைப் பார்த்தான். அவரது தோளில் சாய்ந்துகொண்டான்.

சுந்தரேசன் தனது இறுக்கத்தைத் தளர்த்தி அவனது கையை வாஞ்சையாகப் பிடித்துக்கொண்டார். கோயம்பேடு போகும் வழியில் ஒரு ரோட்டோர கடையில் நிறுத்தச் சொல்லி மதனுக்கு ஒரு சட்டையை வாங்கிக்கொண்டார். அதை ஆட்டோவிலே வைத்து மாற்றிவிட முயன்றார். மதன் அவரிடம் இருந்து சட்டையை வாங்கி அவனே மாற்றிக்கொண்டான். சுந்தரேசனுக்கு கொஞ்சம் தெம்பு வந்ததுபோல இருந்தது.

கோயம்பேட்டில் இறங்கி பேருந்து நிலையத்தில் இருந்த ஒரு பெஞ்சில் அமர்ந்துகொண்டனர். மதன் இப்போது எல்லோரையும் வேடிக்கை பார்த்துக்கொண்டிருந்தான். அவனது யோசனை இப்போது குறைந்ததுபோல இருந்தது. முகமும் கொஞ்சம் சாந்தமாக இருந்தது.

சுந்தரேசன் கொஞ்சம் நிம்மதியாக ராமநாதனைப் பார்த்தார்.

"சரியாகி விடுவான். நீ ஒண்ணும் கவலைப் படாதடா" என்றார் ராமநாதன்.

"அவன் எப்போதும் இப்படி நடந்துக்கிட்டதே இல்லடா. அவனுக்கு இவ்வளவு கோபம் வரும் அப்படிங்கிறதே எனக்கு இன்னைக்குத்தான்

தெரியும்."

"சரி, போறாத நேரம் விடு"

"நீ இல்லனா, இந்த நேரம் பையன் ஏதாவது மெண்டல் ஹாஸ்பிட்டல்ல சேர்த்து இருப்பாங்கடா. உங்க மருமகனுக்கு ரொம்ப நன்றி சொன்னேனு சொல்லிடுடா."

"அதெல்லாம் பெரிய விஷயம் இல்லடா. நீ பத்திரமா கூட்டிட்டுப் போய்ட்டு வா. மதன் இப்பவே கொஞ்சம் நல்லா ஆகிட்ட மாதிரி தெரியுது. அவன் முகம் இப்ப கொஞ்சம் தெளிவா இருக்கு. இன்னும் தூங்கி எழுந்தா சுத்தமா சரியாகிடுவான். நான் அந்தக் கோயிலை விசாரிச்சுச் சொல்றேன், நீ போய்ட்டு வந்துடு."

சுந்தரேசன் பேசிக்கொண்டு இருந்தாலும், ஒரு கண் மதன் மேலேயே இருந்தது. அவன் தண்ணீர் பாட்டிலைத் திறந்து கொஞ்சம் தண்ணீர் குடித்துக்கொண்டான்.

கமலம் ஒரு வழியாக வந்து சேர்ந்தாள். "மது, என்னாச்சுடா? சாப்பிட்டியா செல்லம்?" என்று ஓடிவந்து அவனைக் கட்டிக் கொண்டாள். கையோடு எடுத்து வந்த விபூதியை அவனது நெற்றி முழுக்கப் பூசிவிட்டாள். அவனது கண்களை மூடச் சொல்லி அதை ஒருமுறை ஊதி விட்டாள். கொண்டு வந்திருந்த சீப்பை எடுத்து அவனது தலையைப் படிய வாறிவிட்டாள்.

"அம்மா, எனக்கு ஒண்ணும் இல்லம்மா. விடும்மா" என்றான் மதன்.

சுந்தரேசனைப் பார்த்து "ஏங்க ராஜிகிட்ட வர்றேனு சொல்லிட்டேன். அவளுக்கும் ரெண்டு நாளு லீவாம். மருமகன் எங்கேயோ வெளியூர் போயிருக்காராம்" என்றாள்.

கமலத்திற்கு மதனைப் பார்த்தவுடன்தான் தெம்பு வந்தது. அவனுடைய பேச்சும் இயல்பாகப் பழையபடியே இருப்பது போல் இருந்தது, அவளுக்கு இன்னமும் சந்தோஷமாக இருந்தது.

ராமநாதன் அவர்களிடம் சொல்லி கிளம்பிவிட்டார். தனது வீட்டிற்கு அவர்களை அழைத்துச் செல்லாத குற்றஉணர்ச்சி சங்கடமாக இருந்தது. இருந்தும் அவர்களும் நம்மிடம் கேட்கவில்லையே என்று தன்னைச் சமாதானப்படுத்திக்கொண்டு சென்றார்.

மூன்று பேருக்கும் சேர்த்து கமலம் சப்பாத்தி செய்து கொண்டு வந்திருந்தாள். மதன் முதலில் சாப்பிட்டான். நன்றாகவே சாப்பிட்டான். பிறகு இருவரும் மீதமிருந்ததைச் சாப்பிட்டுவிட்டு பெங்களூர் பேருந்துகள் நிற்குமிடத்திற்குச் சென்றார்கள்.

ஒரு எஸ்.இ.டி.சி. பஸ்ஸில் ஏறி அமர்ந்துகொண்டார்கள். கமலமும் மதனும் அருகருகே உட்கார்ந்து கொண்டார்கள். சுந்தரேசன் அதற்குப் பக்கவாட்டில் உள்ள சீட்டில் அமர்ந்து கொண்டார். டிக்கெட் எடுத்து பஸ் கிளம்புவதற்கு முன்பே மதன் தூங்கத் தொடங்கினான்.

பேருந்து கோயம்பேட்டில் இருந்து மெதுவாகக் கிளம்பத் தொடங்கியது. வாரநாட்கள் என்பதால் அந்தப் பேருந்து பாதிதான் நிரம்பியிருந்தது. பஸ் பூந்தமல்லியைத் தாண்டும்போது கமலத்தையும் சுந்தரேசனையும் தவிர, அந்தப் பேருந்தில் உள்ள அனைவரும் தூங்கியிருந்தனர். விளக்குகள் அணைக்கப்பட்டன.

காலை முதல் இருந்த மனஉளைச்சல், உடல் அலைச்சல், சோர்வு, மதனிடம் தெரிந்த கொஞ்சம் முன்னேற்றம், அதனால் ஏற்பட்ட நிம்மதி, பேருந்தின் அமைதி, இருள் என அத்தனையும் சேர்த்து சுந்தரேசனுக்கு உறக்கத்தைக் கொடுத்தது. அவரும் தூங்கிப்போனார்.

கமலமும் கொஞ்ச நேரத்தில் உறங்கிப் போனாள். பேரமைதியில் அந்தப் பேருந்து தனது இலக்கை நோக்கி மெல்ல மெல்ல சென்று கொண்டிருந்தது.

நடு இரவு, சுந்தரேசன் திடுக்கிட்டு விழித்தார். அவர் உடல் முழுதும் வியர்த்துப் போயிருந்தது. ஏதோ கெட்ட கனவு. தண்ணீர் பாட்டிலை இருட்டில் தேடி எடுத்துக் கடகடவென குடித்தார். பேருந்து அவ்வளவு அமைதியாக இருந்தது. அந்த அமைதியை குலைப்பதுபோல யாரோ சிரிப்பது கேட்டது. எட்டி கமலத்தைப் பார்த்தார். கமலம் நன்றாகத் தூங்கிக்கொண்டிருந்தாள். மதன் பக்கவாட்டில் இருந்த கண்ணாடியில் தலைசாய்த்துப் படுத்திருந்தான். திரும்பவும் யாரோ சிரிப்பதுபோல இருந்தது. செல்போனை எடுத்து அதன் டார்ச்சை ஆன் செய்தார். அதன் வெளிச்சத்தில் மதனைப் பார்த்தார். அவன் விழித்து இருந்தான். தனக்குத் தானே சிரித்துக்கொண்டிருந்தான்.

"மதன்" என சன்னமாகக் கூப்பிட்டார்.

அவன் சிரிப்பதை நிறுத்தி, அவரைப் பார்த்தான்.

"மதன், என்னாச்சுப்பா?"

மதன் ஒரு அர்த்தமற்ற புன்னகையுடன் அவரைப் பார்த்தான். திரும்ப ஒருமுறை தனக்குள் சிரித்துக்கொண்டான்.

"அப்பா, என்கூட யாரோ பேசிட்டே இருக்காங்கப்பா."

அதுவரை மெதுவாகச் சென்ற அந்தப் பேருந்து இப்போது வேகமெடுக்கத் தொடங்கியிருந்தது.

மீட்கப்படவேண்டிய தேவசேனாக்கள்

பவித்ரா அந்த வெளிர் மஞ்சள் நிறச் சுடிதாரில் அழகாகவே இருந்தாள். அது அவளது உடலில் அத்தனை கச்சிதமாகத் தன்னைப் பொறுத்திக்கொண்டது. யாரும் பார்க்கிறார்களா எனப் பார்த்துக் கொண்டு மீண்டும் ஒருமுறை தன்னை அந்த கண்ணாடியில் பார்த்துக் கொண்டாள். அவளுக்குத் தன்னைப் பார்ப்பதற்கு வினோதமாக இருந்தது. முன்பைவிட மெலிந்திருப்பதாய்ப் பட்டது. அது உண்மையும்கூட.

“எல்லாரும் ரெடியாச்சா? சுப்பு திரும்ப எல்லாரையும் கூப்பிட்டு எண்ணிப் பார்த்துக்க.” வெளியில் நர்சின் குரல் கேட்டுக்கொண்டிருந்தது. பவித்ரா வேகமாக வெளியே வந்தாள்.

சுப்பு அவளைப் பார்த்து கண்ணடித்துவிட்டு, எல்லோரையும் வரிசையில் நிற்கவைத்து எண்ணிக்கொண்டிருந்தாள். அந்த வார்டே இயல்பை மீறிக் கொஞ்சம் பரபரப்பாக இருந்தது. புதிதாக வந்திருக்கும் டைரக்டரின் ஏற்பாட்டில், அந்த மனநல மருத்துவமனையில் இருந்து ஐம்பது நோயாளிகளை ‘பாகுபலி 2’ படத்திற்கு அழைத்துச் செல்வது என முடிவு செய்யப்பட்டு இருந்தது. அதற்காக ஒவ்வொரு வார்டிலும் 10 நோயாளிகள் தேர்வு செய்யப்பட்டிருந்தனர். இந்த வார்டில் பவித்ராவும் ஒருத்தி. அவளுக்கு முதலில் இதில் விருப்பம் இல்லை. விருப்பம் என்பதைவிட வெளி உலகை எதிர்கொள்ள அவளுக்கு அச்சமாக இருந்தது. இப்போது சில மாதங்களாகத்தான் அவள் இந்தச் சூழ்நிலைக்கு ஏற்ப தன்னை மாற்றிக்கொண்டிருந்தாள். இங்கிருந்து வெளியே செல்வது திரும்பவும் அவளது பழைய வாழ்க்கை சார்ந்த நினைவுகளை, ஏக்கங்களை ஏற்படுத்தும். அதைத் தாங்கும் திறன் தனக்கு நிச்சயம் இல்லை என நினைத்தாள். ஆனால், சுப்பு விடவில்லை. விடாப்பிடியாகப் பேசிச் சம்மதிக்க வைத்திருந்தாள்.

படத்திற்குப் போகும் அத்தனை பேருக்கும், புது உடை கொடுக்கப்பட்டிருந்தது. வழக்கமாக அணியும் அந்தப் பச்சை நிற உடையைக் கலைந்துவிட்டு, எல்லோரும் புது உடை அணிந்திருந்தனர். எல்லோருடைய முகத்திலும் அவ்வளவு சந்தோஷம் இருந்தது. பவித்ரா மட்டும் ஏதோ சிந்தனையிலேயே இருந்தாள்.

"சுப்பு, இந்த வார்டுல உள்ள 10 பேஷண்டுக்கும் நீதான் இன்சார்ஜ். எப்போதும் எல்லோரின் மேலும் ஒரு கண் வச்சிக்க. நீ பாட்டுக்குப் படம் பார்த்துட்டு, அலட்சியமா இருந்துடாத. சஸ்பென்சன் வரைக்கும் போயிடும்" என ஸ்டாஃப் நர்ஸ் அவளை எச்சரித்துக்கொண்டிருந்தாள்.

"நான் பாத்துக்கிறேன் சிஸ்டர். நீங்கள் கவலைப் படாதிங்க. எல்லாரும் நல்லா இருக்குற பேஷண்ட்தானே."

ஆனாலும், நர்ஸ் அவளை நம்புவதாக இல்லை. அவளுக்கு சுப்புவைப் பற்றி நன்றாகத் தெரியும். எல்லாவற்றிலும் அவள் காட்டும் அலட்சியம் குறித்து ஏற்கனவே புகார் செய்யப்பட்டிருந்தாள். இந்தப் படத்துக்கு அழைத்துச் செல்வதில்கூட சுப்புவின் பெயர் போட வேண்டாமென எவ்வளவோ சொல்லிப் பார்த்தாள். ஆனாலும் யாரும் கேட்கவில்லை.

ஐம்பது பேரும் வேனில் ஏற்றப்பட்டார்கள். பவித்ரா இறுதியாக ஏறினாள். சுப்பு அவளுக்கு ஜன்னல் ஓரமாய் இடம் போட்டு வைத்திருந்தாள். "ஏய் பவி, இங்க வா" எனச் சத்தமாக அழைத்தாள். நோயாளிகளைவிட சுப்புதான் அதிக சந்தோஷத்தில் இருப்பதாக அவளுக்குப் பட்டது.

ஒவ்வொரு வார்டிலும் ஒரு இன்சார்ஜ், அது இல்லாமல் ஐந்து வார்டர்கள் என வந்திருந்தார்கள். அந்த வேன் மெதுவாக அங்கிருந்து கிளம்பத் தொடங்கியது.

பவித்ராவிற்குக் கொஞ்சம் படபடப்பாக இருந்தது.

இரண்டு வருடத்தில் முதல்முறையாக அந்த மனநல மருத்துவ மனையின் பெரிய வாயிலைக் கடந்து பவித்ரா வெளியே வருகிறாள். இந்த நகரத்தின் அதிமிஞ்சிய இரைச்சல் அவளுக்கு என்னவோ போல் இருந்தது. சுப்புவின் கையை இறுக்கமாகப் பிடித்துக்கொண்டாள். இந்த நகரத்தைச் சார்ந்த பல நினைவுகள் அவளுக்கு இருக்கிறது. அத்தனையும் அவள் மறக்க நினைக்கும் நினைவுகள். தனது ஒட்டு மொத்த அடையாளங்களையும் கலைந்து வந்தால்தான் மனநல மருத்துவமனையில் இருக்க முடியும். இல்லையென்றால், தீர்க்க முடியாத ஒரு பெரும் மனநோய் இருக்க வேண்டும். நோயற்ற நிலையில் இருக்கும்போது பழைய நினைவுகள் என்பது தூக்கு மேடையில் கால்களுக்குக் கீழிருக்கும் பலகை போன்றது. எப்போது வேண்டுமானாலும் மரணத்தின் கதவுகளைத் திறந்து நம்மை அத்தனை இனிமையாக அழைத்துச் சென்று விடும்.

இதோ மனநல மருத்துவமனையில் இருந்து வெளியே வந்து பிரிந்து செல்லும் இந்த சாலையில், தான் கடைசியாகப் பிரதாப்புடன் காரில் வந்தது அவளுக்கு முழுமையாய் நினைவில் இருக்கிறது. காரின் உள்ளே அத்தனை அமைதி. புயலுக்குப் பின்னே வரும் அமைதியைப் போல. பிரதாப் ஒருவித கடுகடுப்புடன் காரை ஓட்டி வந்தான். இவள் கைகளைக் காரின் ஜன்னல் கண்ணாடியில் முட்டுக்கொடுத்து தலையை அதன் மேல் சாய்த்துக்கொண்டு அத்தனை வெறுமையாக வந்தாள். பேசுவதற்கு அவர்களுக்குள்

மீட்கப்படவேண்டிய தேவசேனாக்கள் ❈ 125

ஒன்றும் இல்லை. இன்னும் சொல்லப் போனால், அவர்கள் போதுமான வரை பேசிக் களைத்திருந்தார்கள். மனநல மருத்துவமனைக்குத்தான் இவளை அழைத்துச் செல்கிறான் என்பதைக்கூட இவளிடம் அவன் சொல்லவில்லை. ஆனாலும், இவள் அதை யூகித்திருந்தாள். அவனின் கடைசி ஆயுதம் இதுவாகத்தான் இருக்க முடியும் என்பதில் அவளுக்கு அப்போது எந்த வியப்பும் இல்லை.

அன்று டாக்டர்களிடம்கூட அவன்தான் பேசினான். இவள் எதுவும் பேசவில்லை. பேச மறுத்துவிட்டாள். அவள் எந்த எதிர்ப்பும் காட்டாதது, பிரதாப்பிற்கே ஆச்சர்யமாக இருந்தது. நிறைய குற்ற உணர்ச்சியும் இருந்தது. அவன் மனம் முழுக்க அன்று அதுமட்டும்தான் இருந்தது. பதிமூன்று வருட மணவாழ்க்கை, அந்த மனநல மருத்துவமனையின் இருண்ட கதவுகளுக்கு இடையே முடிவுக்கு வந்தது.

பவித்ராவைப் பொறுத்தவரை அது வேறு எப்போதோ முடிந்து விட்டது.

ஒரு மழைநாளின் நள்ளிரவில் பிரதாப்பிற்கு இன்னொரு பெண்ணுடன் தொடர்பு இருப்பது தெரியவந்த அந்தத் துயரம் நிறைந்த நள்ளிரவில், எல்லாமும் முடிந்துவிட்டது. அதன்பின் நடந்ததெல்லாம் ஏமாற்றத்தின், துரோகத்தின், புறக்கணிப்பின் மிச்சங்கள். அது சார்ந்த சங்கடங்கள், வலிகள், உணர்ச்சிக் கூப்பாடுகள்.

யாரும் இதை நம்பவில்லை. பிரதாப் அப்படிபட்டவன் அல்ல என்பதை இவளுடைய அம்மா அப்பா முதற்கொண்டு எல்லோரும் அத்தனைத் தீர்க்கமாய் நம்பினார்கள். அவர்களுக்கு தேவையானதெல் லாம் ஆதாரம். என்ன விதமான ஆதாரம்? பவித்ராவிற்குப் புரிய வில்லை. கணவன் மனைவிக்கு இடையே நிகழும் சில அந்தரங்கமான தருணங்கள், நிகழ்வுகள், உரையாடல்களை ஒரு பொதுவெளியில் எப்படி ஆதாரமாய் எடுத்து வைப்பது? அப்படியே அதை அவளால் வெளிக்கொணர முடிந்தாலும், அதற்கு அத்தனை நம்பகத்தன்மை இருக்கிறதா? பிரதாப் தன்னிடம் காட்டும் நுண் சலிப்புகளை, வெறுப்பை எத்தனை நம்பகத்தன்மையோடு அவளால் எல்லோரோடும் பகிர்ந்துகொள்ள முடியும்? அப்படியே செய்தாலும் அதன் தேவை என்ன? அதனால் நிகழப்போவது என்ன?

பவித்ரா ஒரு துரோகத்தின் எச்சமாய் தன்னை உணர்ந்தாள். அதன் நீட்சியாக ஒரு இரண்டு மாதம் அவ்வளவு ரகளை செய்தாள். பலமுறை தற்கொலைக்கு முயன்றாள். யார் பேசியும் அவள் சமாதானம் ஆகவில்லை. எந்தச் சமாதனத்திற்கும் அவள் தயாராக இல்லை. தனது பத்து வயது மகன்கூட தன்னை வெறுக்கும் அளவுக்கு நடந்துகொண்டாள். ஆம், அவளுடைய மகனைக்கூட அவளிடம் இருந்து பிரித்து தனது பெற்றோரிடம் விட்டுவிட்டு இவளைக் கூட்டி வந்து இந்த மருத்துவமனையில் சேர்த்துவிட்டான் பிரதாப்.

இப்போது வேறு ஒரு திருமணம் செய்து கொண்டுவிட்டானாம். போன மாதம் வந்த சித்தப்பா சொன்னார். அது அவள் எதிர்

பார்த்ததுதான். அவளுக்கு அதில் ஒன்றும் ஆச்சர்யம் இல்லை. வருத்தம் கூட இல்லை. தன் மகனை எங்கோ ஹாஸ்டலில் சேர்த்துவிட்டான் என்பதுதான் வருத்தமாக இருந்தது. அவனுக்காகவாவது வெளியே செல்ல வேண்டும் என நினைத்தாள். ஆனால், யார் வந்து தன்னைக் கூட்டிச் செல்வது என்று யோசித்தாள். நிச்சயமாக இப்போதைக்கு யாரும் வரமாட்டார்கள். தன் மகன்தான் தன்னைத் தேடி வரவேண்டும். அதுவரை காத்திருப்பது மட்டுமே ஒரே வழி.

சத்யம் தியேட்டரின் வாசலில் வந்து வேன் நின்றது. அங்கிருந்த எல்லோரும் அந்த வேனை ஒருவித ஆச்சர்யத்துடன் பார்த்தார்கள். சிலர் அந்த வேன் நின்ற இடத்தில் இருந்து விலகிக் கொஞ்சம் தூரமாய் போய் நின்றுகொண்டார்கள். வார்டர்கள் முதலில் இறங்கி, அதன் பின் ஒவ்வொருவராய் இறக்கி விடப்பட்டார்கள். அத்தனை பேரையும் வரிசையில் நிற்கவைத்துப் பள்ளி குழந்தைகளைப் பிரேயருக்கு அனுப்புவதுபோல் வரிசையில் முன்னும் பின்னும் வார்டர்கள் தொடர உள்ளே அனுப்பினார்கள்.

தியேட்டருக்கு வந்திருந்த மற்றவர்கள் எல்லாரும் கேலியாய் பார்த்தார்கள். பவித்ராவிற்கு அந்த கேலியின் அர்த்தம் புரியாமல் இல்லை. அங்கிருந்த ஒருவன் சுப்புவைப் பார்த்து "என்ன ஆயா இந்த மெண்டலுங்களுக்கு சினிமா புரியுமா? என்ன படம் போறிங்க?" என்றான்.

சுப்பு அவனை எரிப்பதுபோல பார்த்துவிட்டு, அவனுக்கு எந்தப் பதிலும் சொல்லாமல் பவித்ராவின் கையை வாஞ்சையுடன் பிடித்துக் கொண்டாள்.

எல்லோரும் அமைதியாக அந்தக் குளிரூட்டப்பட்ட மிகப்பெரிய அரங்கத்தினுள் வந்து வார்டர்கள் சொல்லியபடி தங்கள் இருக்கையில் அமர்ந்தார்கள். அந்த அரங்கத்தினுள் அவர்களைத் தவிர வேறு யாரும் அனுமதிக்கபடவில்லை.

"டைரக்டர் மேடம் நமக்கு மட்டும் ஒரு முழு தியேட்டரையே புக் செஞ்சிருக்காங்க. சூப்பர்ல" என்றாள் சுப்பு.

"வேறு யார் எங்களுடன் படம் பார்க்க சம்மதிப்பார்கள்? எல்லோரும் சுப்பு மாதிரி நல்லவங்களாவா இருப்பாங்களா?" என்றாள் பவித்ரா மெல்லிய புன்னகையுடன்.

சுப்பு அவளைப் பார்த்தாள். ஆனால், எந்த மறுப்பும் சொல்லவில்லை. "சரி படம் பார்த்தமா ஜாலியா இருந்தமானு பாரு. நீ ஏன் அதெல்லாம் யோசிக்கிற?"

"சரி நீ பாகுபலி 1 பார்த்துட்டியா?" என்றாள் சுப்பு.

"ம்ம்..."

"நான் இன்னும் பார்க்கல. அதப் பார்த்துட்டுப் பார்த்தாத்தான் புரியுமா?"

"அப்படியெல்லாம் இல்ல. நீ பாரு சுப்பு புரியும்" என்று சொல்லி

விட்டுக் கண்களை மூடி புஷ்பேக் சீட்டில் சாய்ந்தாள் பவித்ரா.

சில்லிடும் குளிரும், தியேட்டரின் இருளும் சேர்ந்து பாகுபலியின் அந்தப் போர்க்கள இரைச்சலிலும் அவளுக்கு அப்படியொரு தூக்கத்தைக் கொடுத்தது.

இண்டர்வெலில் சுப்புதான் எழுப்பி விட்டாள். கையில் நான்கு விதமான பப்ஸ் வைத்திருந்தாள்.

"எல்லாருக்கும் ஏதோ கம்பெனியில் இருந்து ஸ்நாக்ஸ் ஸ்பான்சராம். யார் வேணும்னாலும் என்ன வேணும்னாலும் எடுத்துக்கலாம்னு சொல்லிட்டாங்க, இந்தா எடுத்துக்க" என பப்ஸை நீட்டினாள்.

பவித்ரா ஒன்றை மட்டும் வாங்கிக்கொண்டாள்.

"படம் சூப்பரா இருக்குல்ல? முதல் பார்ட் இதவிட நல்லாயிருக்குமா?"

பவித்ரா சிரித்தாள். அதைத் தவிர பதில் ஏதும் சொல்லவில்லை.

"எப்பப் பார்த்தாலும் ஒரு நமட்டுச் சிரிப்பு. ஏதாவது பதில் சொன்னாத்தான் என்ன?"

"இல்ல சுப்பு, நம்ம எத முதல்ல பார்க்குறமோ அதுதான் மத்த எல்லாத்தவிடவும் சிறந்தது. அது நல்லா இல்லாவிட்டாலும் கூட அதுதான் நமக்குப் பிடிக்கும்" இது சினிமாவிற்கு மட்டுமான பதில் இல்லையென்று பவித்ராவிற்கு நன்கு தெரியும்.

இருந்தும் சுப்பு அவளைப் புரியாமல் பார்த்தாள். பவித்ரா அவளைப் பார்ப்பதைத் தவிர்த்துவிட்டு மற்ற எல்லோரையும் பார்த்தாள். நிஜமாகவே எல்லாரும் அவ்வளவு சந்தோஷமாக இருந்தார்கள். அவர்களின் சந்தோஷத்திற்கு நிச்சயம் இந்த சினிமா மட்டும் காரணம் இல்லை. கூண்டில் இருந்து சிறிது நேரம் திறந்துவிடப்படும் பறவைகளைப்போல ஒரு தற்காலிக விடுபடுதல். அதற்காக மனநல மருத்துவமனையைக் கூண்டு எனச் சொல்ல முடியாது. அங்கு எந்தத் துரோகமும் இல்லை. எந்தப் புறக்கணிப்பும் இல்லை. எந்த வெறுப்பும் இல்லை. அது எல்லாம் அந்த மருத்துவமனைக்கு வெளியேதான் இருக்கிறது. அதற்காக அங்கேயே இருந்துவிட முடியுமா?

ஒரு வழியாக படம் முடிந்து, எல்லோரும் வேனில் ஏற்றப்பட்டு திரும்ப வந்துகொண்டிருந்தார்கள். வரும்போது இருந்த உற்சாகமோ சந்தோஷமோ யாரிடமும் இல்லை. தேவசேனாவைப் பாகுபலி மீட்டதுபோல தங்களை மீட்பதற்கு யாரேனும் வரமாட்டார்களா என்ற தவிப்புதான் எல்லாருடைய முகத்திலும் படர்ந்திருந்தது. மற்ற எல்லாரையும்விட சுப்பு நிறையவே சோகமாக இருந்தாள். "இதுக்கப்புறம் என்னிக்குத் தியேட்டருக்குப் போய் சினிமாலாம் பார்க்கிறது? அதே அடுப்படி, புருஷனோட அடிதடி அவ்வளவுதான் பவி வாழ்க்கை" எனப் புலம்பிக்கொண்டே வந்தாள்.

வேன் நேராக மருத்துவமனையின் மையத்தில் இருந்த டைரக்டர் ஆபீஸ் சென்றது. டைரக்டர் பத்திரிகைகாரர்களுடன் அங்கு காத்திருந்

தார். அவர் முகத்தில் ஒரு பெருமிதம் இருந்தது. வேனிலிருந்து எல்லோரும் இறங்கும்போது கேமராமேன்கள் வேகவேகமாகப் படமெடுத்துக்கொண்டார்கள். அதன் பின் ஒன்றன்பின் ஒன்றாக வைக்கப்பட்டிருந்த மர பெஞ்சில் எல்லாரும் வரிசையாக அமர வைக்கப்பட்டார்கள். நடுவில் டைரக்டர் தனது பிரத்யேக நாற்காலியில் அமர்ந்துகொண்டார். அத்தனை பத்திரிகையாளர்களும் குரூப் போட்டோவை எடுத்துக்கொண்டார்கள். "நாளைக்கு காலையில் நாம் பேப்பர்ல வருவோம்" என்று பவித்ராவின் காதில் கிசுகிசுத்தாள் சுப்பு.

எல்லாம் முடிந்து ஒரு பத்திரிகையாளன் மட்டும் டைரக்டரிடம் சென்று "பேஷண்ட் யாராவது பேசுனா இன்னும் கொஞ்சம் சென்சிட்டிவ்வா இருக்கும்" என்றான்.

"ம்ம், ஷ்யூர்" என்று சொல்லிவிட்டு அங்கிருந்த டாக்டர் ஒருவரிடம் "யாரையாவது பேசச் சொல்லுங்க" என்றார் டைரக்டர்.

அந்தப் பத்திரிகையாளன் தனது போட்டோகிராபரிடம் "ஒரு பைட் எடுத்துடலாம், வீடியோவை ஆன் பண்ணி வச்சுக்கங்க" எனச் சொல்லிவிட்டு பொத்தாம் பொதுவாகச் சில கேள்விகளை சில நோயாளிகளிடம் கேட்டுக் கொண்டிருந்தான். இறுதியாக "பாகுபலி 1 யாராவது பார்த்து இருக்கீங்களா?" என்றான்.

சுப்பு, பவித்ராவைத் தள்ளிவிட்டாள். பவித்ரா தர்மசங்கடமாக உணர்ந்தாள். கேமராக்களின் ஒட்டுமொத்த ஒளியும் அவள் மேல் விழுந்தது. அவள் மெதுவாக முன்னே சென்றாள்.

"சொல்லுங்க பாகுபலி 1, பாகுபலி 2 எது உங்களுக்குப் பிடிச்சிருந்தது?" என்றான்.

பவித்ராவிற்குத் திடீரென தன்மீது திருப்பப்பட்ட கவனம் ஒரு சங்கடத்தைக் கொடுத்தது "பாகுபலி 1" என்றாள் தலையை நிமிராமலேயே.

"ஏன்? என்ன காரணம்? எங்க எல்லாருக்கும் பாகுபலி 2 தான் பிடிச்சிருந்தது. உங்களுக்கு மட்டும் பாகுபலி 1 பிடிக்க என்ன காரணம்?"

அங்கிருந்த எல்லாரும், டைரக்டர் உட்பட பவித்ராவையே பார்த்தார்கள். பவித்ரா சொல்லப்போகும் பதில் அங்கிருந்த எல்லாருக்கும் அவ்வளவு முக்கியமாய்ப்பட்டது.

பவித்ரா மெதுவாகத் தலையை நிமிர்ந்து ஓடிக்கொண்டிருந்த கேமராவைப் பார்த்தாள். அவள் கண்ணில் கண்ணீர் நிறையத் தொடங்கியது. அதை ஒரு விரலால் துடைத்துக்கொண்டே "பாகுபலி 1 நான் என் குடும்பத்துடன் பார்த்தேன். பாகுபலி 2 ஐ ஒரு மனநோயாளியாக, ஒரு நிராகரிக்கப்பட்டவளாக, புறக்கணிக்கப்பட்டவளாகப் பார்த்தேன். அதுதான் காரணம்" எனச் சொல்லிவிட்டு வேக வேகமாக தனது வார்டை நோக்கி நடக்கத் தொடங்கினாள்.

வீடியோ கேமரா அணைக்கப்படாமல் இன்னும் அவளைப் படமெடுத்துக்கொண்டே இருந்தது.

நீலம்

திடீரென பெய்யத் தொடங்கிய பெருமழை, அந்தப் பேருந்தின் திறந்திருந்த கண்ணாடி ஜன்னல்களின் வழியே குழந்தையை நனைத்தது. நான் உடனே சுதாரித்துக்கொண்டு அந்த ஜன்னலை மூட முயன்றேன். ஈரத்தில் இறுகிப்போயிருந்த அதன் கண்ணாடியை, அத்தனை சுலபமாய் மூட முடியவில்லை. மழையின் வேகம் கொஞ்சம் கொஞ்சமாய் அதிகரித்துக் கொண்டிருந்தது. குழந்தையின் உடை அதற்குள் முக்கால்வாசி நனைந்திருந்தது. குழந்தையைத் தூக்கி மறுபுறம் உட்காரவைத்துவிட்டு, ஜன்னலை பலம்கொண்ட மட்டும் இழுத்து மூடினேன். அதற்குள் மழை என்னையும் நனைந்திருந்தது.

கைப்பையில் இருந்த மெல்லிய துண்டை எடுத்துக் குழந்தையைத் துடைத்துவிட்டேன். குழந்தையின் முகத்தில் அடிக்கப்பட்டிருந்த வாசனைப் பவுடர் மழை நீரில் கரைந்து, ஆங்கங்கே திட்டு திட்டாய் இருந்தது. துண்டை வைத்து முகத்தைச் சுத்தமாகத் துடைத்துவிட்டேன். குழந்தை மடியில் வாஞ்சையாகத் தலை வைத்துக்கொண்டது. எனது புடவையும் நனைந்து விட்டிருந்ததால் பையில் இருந்த இன்னொரு துண்டை எடுத்து மடியில் விரித்துக் கொண்டு, குழந்தையை அதில் படுக்கவைத்துக்கொண்டேன்.

ஜன்னலில் மிச்சம் இருந்த சிறிய இடைவெளியின் வழியாக சாரல் இன்னமும் உள்ளே வந்துகொண்டிருந்தது. அந்த இடைவெளியை இன்னும் கொஞ்சம் பலம் கொடுத்து மூட முயன்றபோது, தற்செயலாகக் கண்ணாடி வழியாக வெளியே பார்த்தேன்.

பேருந்தை ஒட்டிச் சென்று கொண்டிருந்த அந்த அடர் நீல நிறக் காரில் அமர்ந்திருந்தது, அவனைப் போலவே இருந்தது. அவனாக இருக்கக் கூடாது என்று நினைத்தேன். மழை வேறு பெய்து கொண்டிருந்ததினால், கொஞ்சம் இருட்டியிருந்தது. ஜன்னல் கண்ணாடியைப் புடவையின் தலைப்பால் துடைத்து விட்டு நன்றாகப் பார்த்தேன். ஆம், அவன் தான். அருண்.

மூன்று வருடத்திற்குப் பிறகு அருணை இப்போதுதான் பார்க்கிறேன்.

அவன் இங்கேதான் இதே நகரத்தில்தான் இருக்கிறானா என்பதுகூட எனக்குத் தெரியாது. இரண்டு வருடத்திற்கு முன்பு தோழி ஒருத்தி, அவன் வெளிநாடு சென்றுவிட்டதாய்ச் சொன்னாள். அதுவும்கூட நான் கேட்காமலேயே சொன்னாள்.

அவனைத் திரும்பப் பார்க்ககூடாது என்று நினைத்துக் கொண்டு, தலையைக் குனிந்துகொண்டேன். குழந்தையின் ஈரம் தோய்ந்த கேசத்தை மென்மையாக வருடிவிட்டேன். திரும்ப ஒருமுறை அவனைப் பார்க்க வேண்டுமென குறுகுறுப்பாக இருந்தது. அதற்குக் காரணம் தெரியவில்லை. ஆனால் அவன் சந்தோஷமாக இருக்கிறானா என்றாவது, அவனது முகத்தைப் பார்த்து தெரிந்துகொள்ளலாம் என நினைத்தேன்.

கண்ணாடி வழியே மெலிதாகத் தலையைத் திருப்பிப் பார்த்தேன். கார் இன்னமும் பேருந்தை ஒட்டியே அவ்வளவு மெதுவாகச் சென்று கொண்டிருந்தது. அவன் எதுவோ யோசனையில் இருப்பவன்போல இருந்தான். யார் காரை ஓட்டுவது எனப் பார்த்தாள். எதிர்பார்த்தபடியே ஒரு பெண். அழகாக இருந்தாள். கருப்பு கண்ணாடி அணிந்திருந்தாள். இவனைப் பார்த்து ஏதோ சொல்லிச் சிரித்தாள். இவன் பதிலுக்கு மெலிதாகப் புன்னகைத்தான்.

அதே சிரிப்பு. எவ்வளவு சந்தோஷமாக இருந்தாலும், அவனிடம் இருந்து வெளிப்படும் உணர்ச்சி அவ்வளவே. ஒரு தட்டையான புன்னகை. ஆனால், அந்த மெலிதான சிரிப்பில் அவன் அவ்வளவு அழகாக இருப்பான். இன்னமும்கூட அவன் அழகாகத்தான் இருந்தான். நாம் எப்படி இருக்கிறோம் என யோசித்துக்கொண்டே ஜன்னல் கண்ணாடியில் முகத்தை ஒருமுறைப் பார்த்தேன். எதுவும் தோன்றவில்லை. தெளிவற்ற ஒரு பிம்பமாக இருந்தேன்.

“மா..மா.., சாச்சா...” என்றது குழந்தை.

தண்ணீர் கேட்கிறது. அதிகபட்சமாக குழந்தை அவ்வளவுதான் பேசும். ஏழு வயது முடிந்து, எட்டு ஆகிறது. ஆனால், இன்னமும் பேச்சு வரவில்லை. மெதுவாகத்தான் வரும் அல்லது வராமலேயே போகலாம் என டாக்டர் சொல்லியிருக்கிறார். இப்போதுதான், இந்த ஆறுமாதமாகத்தான் நடக்கவே தொடங்கியிருக்கிறாள். அதுவும் ஏதோ தத்தித் தத்தி. விழுந்துவிடுவாளோ என அச்சமாக இருக்கும் அவள் நடப்பதைப் பார்க்கும்போது. ஆனால், விழமாட்டாள் கொஞ்சம் நடக்கத் தேறிவிட்டாள். அப்படியே எல்லாம் தேறி அவளைப் பார்த்துக்கொள்ளும் அளவுக்கு, தனது வேலைகளைத் தானே செய்யும் அளவுக்கு, முன்னேறி வந்தால் போதும் என நினைத்தேன். போன மாதம் தெரப்பிஸ்டிடம்கூட அதைத்தான் சொன்னேன்.

“எல்லாம் ட்ரெயினிங் கொடுத்துடலாம், நீங்க டென்ஷனே ஆகாதீங்க” எனத் தெரப்பிஸ்ட் கூலாகச் சொன்னாள். ஆனால், எனக்குத்தான் அந்த நம்பிக்கையே இல்லை. “உங்கள் மகள் பிரஃபவுண்ட் ரிட்டார்டேஷன்” என டாக்டர் சொன்னது இன்னும்

என் காதில் கேட்டுக்கொண்டே இருக்கிறது.

கைப்பையில் இருந்து தண்ணீர் பாட்டிலை எடுத்துத் தண்ணீர் புகட்டிவிட்டேன். குடித்துவிட்டு எனது கையை இறுக்கமாகப் பற்றிக்கொண்டது குழந்தை.

அவன் கார் போய்விட்டதா எனத் திரும்பவும் எட்டிப் பார்த்தேன், போயிருந்தது. மழையும் இப்போது குறையத் தொடங்கியிருந்தது. எனக்குக் குழந்தையின் மடிமேல் தலை வைத்துப் படுத்துக்கொள்ளலாம் போல் இருந்தது.

அருண். அருண் என்றால் அன்பானவன் என்று சொல்வான். ஆம், அவன் அன்பானவன்தான். அழகானவனும்கூட. கல்லூரியில் படித்த நாட்களில் இருந்தே காதல். அவன்தான் முதலில் சொன்னான். அதுவும் இதைப்போல ஒரு மழைக்காலம்தான். கல்லூரியின் ஆடிட்டோரியத்தில் ஏதோ ஒரு கல்ச்சுரல் நடந்துகொண்டிருந்த சமயம், எல்லாரும் ஆடிட்டோரியத்தின் உள்அரங்கில் இருந்தபோது என்னை மட்டும் வெளியே அழைத்துத் திடீரென வேகமாக ஓடிப்போய் ஆடிட்டோரியத்தின் படிக்கட்டுகளில் இறங்கி இரண்டு கைகளையும் விரித்துக்கொண்டு அத்தனை ஆனந்தமாய் மழையின் நனைந்தான்.

“எனக்கு மழையில் நனையப் பிடிக்கும்” என்றான்.

“அதற்கென்ன இப்போது?”

“உன்னைப் பார்க்கும்போதெல்லாம், மழையில் நனைந்ததுபோல அத்தனைக் குளிர்ச்சியாய் இருக்கிறது. மழையைப் போலவே இப்போது நான் உன்னையும் ரசிக்கிறேன்” என்றான்.

அவனுக்கு ஏதோ கிறுக்குப் பிடிச்சிருக்கு என்று நினைத்தேன். என்னருகில் வந்து பெருமழையைத் தவிர, யாருமற்ற அந்தத் தனிமையில் என் கையைப் பிடித்தான். மழையின் குளிர்ச்சி அவனது கையில் தங்கியிருந்தது. என் கண்களை வாஞ்சையாகப் பார்த்துக்கொண்டே என்னைக் காதலிப்பதாக அத்தனை ரகசியமாய்ச் சொன்னான்.

அவன் காதலில் நான் உண்மையாக எந்த களங்கத்தையும் பார்க்கவில்லை. அது அத்தனை உண்மையாக இருந்தது. நாள் முழுதும் அது அத்தனைக் கிளர்ச்சியைக் கொடுத்தது. ஏராளமான தடங்கல்கள் இருந்தபோதிலும், அந்த முதிர்ச்சியான காதல்தான் எங்களைத் திருமணம்வரை கொண்டு வந்தது.

இப்போது ஒரு காரின் உள் அந்தரங்கமாய் இன்னொரு பெண்ணுடன் அவன் செல்லும் இந்தக் கணம் வரை அந்த காதல் உயிர்ப்புடனே இருக்கிறதாய் நான் நினைத்துக்கொள்கிறேன். அவனும் அப்படித்தான் நினைப்பான் அல்லது நினைக்கக்கூடும் என நம்புகிறேன்.

நான் அவனைப் புரிந்துகொள்கிறேன். சேர்ந்து வாழும் ஒரு வாழ்க்கையை மட்டுமே நான் அவனிடம் இருந்து இழந்திருக்கிறேன்.

மற்றபடி அவன் என்மீது இந்தக் கணம்வரை அதே காதலுடன்தான் இருப்பான் என என்னால் நிச்சயமாகச் சொல்ல முடியும். ஏனென்றால், என்னை அவனால் வெறுக்க முடியாது. அவன் வெறுப்பதாய் இதுவரைச் சொல்லவில்லை அல்லது அவன் சொல்லும்வரை நானும் காத்திருக்கவில்லை. அவனிடம் இருந்து அப்படி ஒரு சொல்லை என்னால் தாங்க முடியாது. அதுதானே நம்முடைய நம்பிக்கைகள். அவனைவிட அவனின் அருகாமையை விட அவனின் அன்பு எனக்கு முக்கியமாய் இருந்தது. அது போதுமானதாகவும் இருந்தது.

குழந்தை இப்போது என் மடி மீதிருந்து எழுந்திருந்தது. முன் சீட்டில் விளையாடிக்கொண்டிருந்த, ஒரு குழந்தையையே வெறித்து பார்த்துக்கொண்டிருந்தது. 'நீலம்' இதுதான் என் குழந்தையின் பெயர். இல்லை, இல்லை எங்கள் குழந்தையின் பெயர். அருண்தான் இந்தப் பெயரை வைத்தான். இந்தப் பெயரை வைத்த அன்று அவன் சந்தோஷமாய் இருந்தான். இந்தப் பெயரை வைப்பதற்கு அவனுக்குப் பல காரணங்கள் இருந்திருக்கலாம். அவனும் அதைச் சொல்லியிருக்கிறான். ஆனால், அவன் சொன்ன காரணங்களை எல்லாம் தாண்டி இந்தப் பெயர் என் மனதுக்கு நெருக்கமாய் இருந்தது. அதுமட்டுமே எனக்குப் போதுமானதாக இருந்தது.

மெதுவாக இப்போது குழந்தையைப் பார்த்து, "நீலம்" எனக் கூப்பிட்டேன். அவள் திரும்பவில்லை. திரும்பவும் கூப்பிட்டேன். "நீலம்" ம்ஹூம்... திரும்பவில்லை. அவனுக்குக் கேட்டிருந்தால், இந்நேரம் காரைவிட்டு இறங்கிப் பேருந்தில் ஏறியிருப்பான். அவனுடைய பிரச்சினையே இதுதான். அவனால் எங்களை மறக்க முடியாது. எப்போதும் அவன் அடிமனதில் நானும் நீலமும் இருப்போம். கிணற்றுக்கு அடியில் கிடக்கும் கற்களைப் போல.

நீலம் என்ற பெயர் எல்லாருக்கும் பிடித்துப்போனது. எல்லோரும் அவளை அத்தனை வாஞ்சையாக அழைப்பார்கள் "நீலம்" என்று. அவன் கூப்பிடும்போது மட்டும் அந்த அன்பு இன்னும் கொஞ்சம் தூக்கலாக இருக்கும். எல்லோருக்கும் தெரிந்த இந்தப் பெயர், எல்லோரும் ரசித்த இந்தப் பெயர் என் குழந்தைக்கு மட்டும் தெரியாமல் போனதுதான் அவளது துரதிஷ்டம். 'நீலம்' என்ற பெயர் சொல்லி அழைத்து, அவள் இதுவரை ஒருமுறைகூட திரும்பிப் பார்க்கவில்லை. அவளுடைய பெயர் நீலம் என்பது இதுநாள்வரை அவளுக்குத் தெரியாமலேயே இருக்கிறது.

முதல்முறை டாக்டர், நீலம் ஒரு 'ரிட்டார்டட் சைல்ட்' எனச் சொன்னபோது அருண் நிச்சயமாய் உடைந்து போயிருந்தான். அவனால் அதை ஏற்றுக்கொள்ள முடியவில்லை. யாரால்தான் ஏற்றுக்கொள்ள முடியும். அவன் அதைச் சுத்தமாக நம்பவில்லை. யார் யாரையோ பார்த்தான். கிட்டத்தட்ட எல்லா டாக்டரிடமும் கூட்டிச் சென்று காட்டினான். அவனே கேட்டு கேட்டு எல்லா

டெஸ்ட்டும் எடுத்தான். அவனே ஒரு பைத்தியம் பிடித்த மனநிலையில்தான் அப்போது இருந்தான்.

அருண் என்னிடம் இருந்து விலகிப்போவான் என நான் எப்போதும் நினைத்ததில்லை. அவனும் அப்படி நினைத்திருக்க மாட்டான். ஆனால், ஏமாற்றத்தின் விரக்தியின் வலி அவனை நிலைகுலைய வைத்தது. அவன் அந்தக் காலகட்டத்தில் அவனாகவே இல்லை. நிதானமான அவனது புன்னகை. சந்தோஷம் நிம்மதி என அத்தனையும் முற்றிலுமாக இழந்திருந்தான். நீலத்தைப் பார்க்கும்போதெல்லாம் அவன் தன்னைத் தோல்வி அடைந்தவனாகவே உணர்ந்தான். என்னிடம் அவன் மனம்விட்டு நிதானமாக நாலு வார்த்தைப் பேசியிருந்தால், நான் அவனைப் பழைய நிலைக்குக் கொண்டு வந்திருப்பேன். அவன் அதற்குத் தயாராக இல்லை. என்மீது அவன் அத்தனைக் குறைகளைச் சொன்னான், எதையெல்லாம் அவன் தீவிரமாக விரும்பினானோ அதையெல்லாம் அவன் அத்தனை தீவிரமாக வெறுத்தான். தனது தோல்வியின் அடையாளங்கள் என நினைத்திருப்பான். இதையெல்லாம் அவன் வேண்டுமென்றே செய்யவில்லை அவன் அவனாக இல்லை என்பது மட்டுமே இதற்குக் காரணம் எனப் புரிந்தது. அவனை எப்போதுமே புரிந்துகொள்ளத் தயாராகவே இருந்தேன். அவன் திரும்பத் தன்னை உணரும்போது, என்னால் அவனைப் பழைய அருணாக மீட்டுக்கொண்டு வர முடியும் என நம்பினேன். அதனால் நான் இயல்பாகவே இருந்தேன். நீலத்தை அத்தனைப் பரிவாய் கவனித்துக்கொண்டே, நான் எந்தத் தருணத்திலும் என்னை என் எல்லையற்ற அன்பை இழக்கவில்லை.

திரும்பவும் ஒரு மழை நாளில், நாங்கள் குடியிருந்த வீட்டின் ஓனர் நீலத்தைக் காரணம் காட்டி எங்களை வீட்டைக் காலி பண்ணச் சொன்னபோது, அருண் மீண்டு வரமுடியாத துயரத்திற்குச் சென்றுவிட்டான். வீட்டு ஓனரிடம் காலி செய்வதாய்ச் சொல்லிவிட்டு, நான் குழந்தையை எடுத்துக்கொண்டு வீட்டில் நுழையும்போது அவன் அந்தக் கேள்வியைக் கேட்டான்.

“இவள் இப்படி இருப்பதற்கு, எனது ஜீன் காரணமாக இருக்காது. உன்னிடம் இருந்துதான் ஏதோ தவறான ஜீன் வந்திருக்கும்.”

நான் அப்போது பதில் ஏதும் சொல்லவில்லை. இன்னும் சொல்லபோனால், அந்தக் கேள்விக்குப் பதிலே இல்லை. ஏனென்றால், அவன் கேட்டது கேள்வியே இல்லை. நான் வேகமாக உள்ளே சென்று கதவைப் பூட்டிக்கொண்டேன்.

அதன்பிறகு பிரிந்துவிடலாம் என்ற முடிவையும் நான்தான் எடுத்தேன். அவன் அதை நிராகரிக்கவில்லை. அதற்காகவே காத்திருந்ததுபோல இருந்தான். எனக்கும் அதுதான் சரியென்று பட்டது. நான் அவனைக் காதலித்தேன். அவன் என்னை வெறுத்துவிடக்கூடாது என்பதில் அத்தனை உறுதியாக இருந்தேன். அதற்கு அது மட்டுமே எனக்கு வழியாகத் தெரிந்தது.

அவனைவிட்டுப் பிரிந்த நாளில் நீலம் அழுது கொண்டேயிருந்தாள். அந்த நாளின் நள்ளிரவுவரை அவள் அழுகை எனக்குக் கேட்டுக்கொண்டேயிருந்தது. அருண் கடைசியாகக் கேட்டதும்கூட நீலத்தின் அந்த அழுகுரலாகத்தான் இருக்க முடியும்.

"கோவளம் வந்துடுச்சுமா. இறங்குங்க" என கண்டக்டர் எழுப்பி என்னை நினைவுகளில் இருந்து மீட்டுக்கொண்டு வந்தார்.

வேகவேகமாகப் பையை ஒரு கையில் தூக்கிக்கொண்டு நீலத்தை இன்னொரு கையில் தூக்கி மார்போடு சேர்த்து அணைத்துக்கொண்டு அவசரம் அவசரமாக இறங்கினேன். மறந்திருந்த கைப்பையைக் கண்டக்டர் எடுத்து வந்து கொடுத்தார். அந்தப் பேருந்தில் இருந்த மற்ற எல்லோரும் என்னையே பார்த்துக் கொண்டிருப்பதுபோல இருந்தது. யாரையும் திரும்பிப் பார்க்காமல் பேருந்தில் இருந்து இறங்கினேன்.

மழை நின்றிருந்தது. இங்கிருந்து கிட்டத்தட்ட அரை கிலோமீட்டர் இருக்கிறது நீலத்தின் ஹாஸ்டல். நீலத்தை தூக்கிக்கொண்டு அத்தனை தூரம் நடக்க முடியாது. வெளிச்சம் வேறு இல்லை. ஒரு ஆட்டோவைப் பிடித்துக் கொண்டு ஹாஸ்டல் வந்து சேர்ந்தேன்.

ஹாஸ்டல் வந்ததும் நீலம் எனது கையை, இன்னும் இறுக்கமாகப் பிடித்துகொண்டாள். நான் அவளை விட்டுவிட்டு போகப்போகிறேன் என்பதை உணர்ந்திருப்பாள். ஹாஸ்டல் வெளியே காலிங் பெல்லை அடித்துவிட்டுக் காத்திருந்தேன்.

சுந்தரி பொறுமையாக வந்தாள்.

"நீலம் குட்டி, வந்தாச்சா? என்ன ஒரு சுத்து பெருசாயிட்டிங்க போலயே?" என ஆசையாக வந்து நீலத்தைத் தூக்கினாள்.

நீலம், எந்தத் தயக்கமும் இல்லாமல் தன்னை நோக்கி நீண்ட அவளது கரங்களுக்குத் தன்னை ஒப்படைத்துக்கொண்டாள். சுந்தரியின் தோல் மேல் சாய்ந்துகொண்டு என்னை அத்தனை ஏக்கமாகப் பார்த்தாள்.

எனக்குக் கண்ணீர் முட்டிக்கொண்டு வந்தது. "சேச்சி, மழையில் நனைஞ்சிட்டா உள்ள போய் டிரெஸ்ஸ மட்டும் மாத்தி விட்டுடுங்க" என்றேன்.

"இதெல்லாம் நீங்க சொல்லணுமா, நானே பண்ணிடறேன். ஆமா, வீட்டில எப்படி இருந்தா?"

"ம்ம்... இருந்தா. எப்போதும் அம்மா முந்தானையப் பிடிச்சிட்டே. நானும் இவளுக்காகத்தான் ஒரு மாதம் லீவ் போட்டு இருந்தேன். நாளைக்குப் போய் ஜாயின் பண்ணனும்."

நீலம் நான் பேசுவதையே கண் இமைக்காமல் பார்த்துக்கொண்டு இருந்தாள். அவள் ஏதோ என்னிடம் சொல்ல வருவது போலவே இருந்தது. அவளால் அதைச் சொல்ல முடியாவிட்டாலும், என்னால் அதைப் புரிந்துகொள்ள முடியும். வீட்டிலிருந்து எடுத்து வந்த

அந்தச் சிறிய கரடி பொம்மையை நீலம் அத்தனை இறுக்கமாகப் பிடித்திருந்தாள்.

நான் நீலத்தின் பையைச் சுந்தரியிடம் ஒப்படைத்துவிட்டு அதில் என்ன என்ன இருக்கிறது, என்பதையெல்லாம் சொல்லிவிட்டுக் கிளம்புவதற்குத் தயாரானேன்.

சுந்தரியும் நீலத்தைத் தூக்கிக்கொண்டு அவளிடம் ஏதேதோ விளையாட்டுக் காட்டிக் கொண்டு உள்ளே தூக்கிச் சென்றாள்.

நீலம் அப்போதும் அவளது கண்களை என் மீதிருந்து அகற்றவேயில்லை. அவள் பார்வையில் இருந்து, நான் மறையும் வரை நிச்சயம் அவள் என்னையே பார்த்துக்கொண்டிருப்பாள்.

நான் இப்போதுதான் முதல்முறை கவனித்தேன், அவள் கண்களில் இருந்து முத்து முத்தாகக் கண்ணீர் திரண்டு வந்து கொண்டிருந்தது. அது அருண் சொன்னதுபோல தோல்வியின் அடையாளமல்ல. தூய்மையான அன்பின் அடையாளம்.